MW00565277

Understanding the Vietnamese American Refugee Family History

An Instructional Curriculum

Giáo Trình Tìm Hiểu Lịch Sử Gia Đình Người Việt Tị Nạn

Written and Designed by KimOanh Nguyen-Lam, Ph.D.

Edited by Kim Nguyen-Viet, Ph.D.

Nhan Anh Publisher

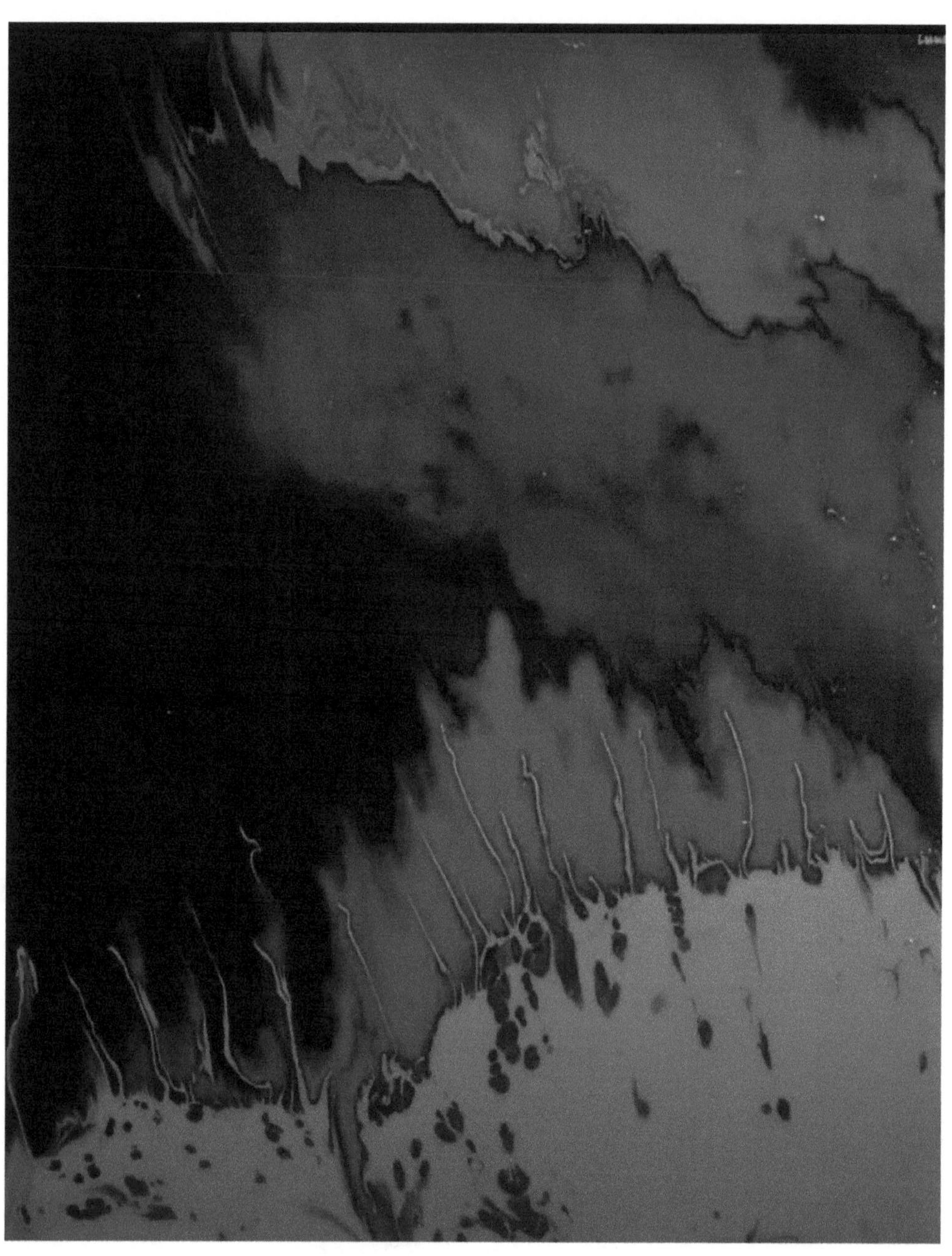

From the COLORS LOVE by LUU NGUYEN DAT

Mục Lục - Table of Content

I

Thay lời ngỏ....

30 Tháng Tư: Tìm Hiểu Lịch Sử Gia Đình Người Việt Tị Nạn (Nguyễn Lâm Kim Oanh) - Phố Nhỏ News (phonhonews.com)

30 THÁNG TƯ: TÌM HIỂU LỊCH SỬ GIA ĐÌNH NGƯỜI VIỆT TỊ NẠN

Nguyễn Lâm Kim Oanh

Tìm hiểu Lịch Sử Gia Đình Người Việt Tị Nạn là cuốn sách chúng tôi vừa xuất bản. Chúng tôi không tưởng được mình có thể hoàn thành cuốn sách giáo trình dày gần 200 trang chỉ trong vòng hai tháng trời, từ lúc bắt đầu bản thảo cho tới khi xuất bản! Đã có những lúc chúng tôi làm việc liên tục trong những khoảng thời gian dài 4-5 tiếng đồng hồ không nghỉ và những ngày làm việc từ 14-15 giờ mà không thấy mệt. Động lực gì giúp chúng tôi đạt được ý muốn có sách ra đời trước thời điểm 30 tháng Tư năm nay? Dưới đây là những câu trích dẫn, từ các áng văn hay của đại văn hào James Baldwin, nói lên được những suy tư mà đã đốc thúc chúng tôi hoàn tất cuốn sách này.

"Know from whence you came. If you know whence you came, there are absolutely no limitations to where you can go." — **James Baldwin**

> **"Bạn phải cần biết mình từ đâu đến. Khi bạn biết rõ bản thân từ đâu ra, bạn sẽ không còn bị bất cứ giới hạn nào để đi đến nơi bạn muốn."**

Chúng tôi vẫn tin giá trị của sự hiểu biết về nguồn cội bản thân, và gần đây khi đọc được các tài liệu nghiên cứu giáo dục xác định việc này, chúng tôi càng nóng lòng muốn tạo cơ hội cho giới trẻ gốc Việt hiểu rõ và trân quý lịch sử gia đình người Việt tị nạn của các em. Khi các em được nghe kể về các đau khổ và mất mát gia đình đã trải qua trong cuộc chiến, các em sẽ phát triển lòng nhân ái và sự cảm thông với những người tị nạn khắp nơi trên thế giới. Khi các em biết về hành trình khó khăn, hiểm nguy trên đường tìm tự do của gia đình, các em sẽ ý thức và yêu quý hơn sự tự do dân chủ trên đất nước các em đang sống. Và khi các em hiểu thêm về những chặng đường khó khăn lúc ban đầu của gia đình, những thách đố phải vượt qua khi bắt đầu cuộc sống mới tại một xứ sở xa lạ, những trở ngại văn hóa và ngôn ngữ, những sự kỳ thị và bất công mà họ đã phải "ngậm đắng nuốt cay", các em sẽ phát triển một ý chí phấn đấu và can trường, giúp chính các em vượt qua những khó khăn trong tương lai.

"You think your pain and your heartbreak are unprecedented in the history of the world, but then you read." — **James Baldwin**

> ***"Bạn nghĩ rằng sự khổ đau và cay đắng bạn đang gánh chịu là chưa từng có trên đời này ư?***
> ***Bạn hãy tìm đọc đi."***

Em nào tới tuổi trưởng thành, bước chân vào đời cũng phải gặp một vài khó khăn và vấp ngã. Cái trải nghiệm vấp ngã, thất bại hay đau khổ đầu đời thường là một chấn thương rất sâu đậm. Có thể người thanh niên hoặc thiếu nữ đó sẽ nghĩ rằng sự bất hạnh mình đang gánh chịu là "có một không hai" và do đó họ nhụt chí hoặc không gượng dậy được. Ngược lại, nếu những người trẻ này từng được nghe, đọc và "thấm" về những khốn khổ tận cùng mà những gia đình gốc tị nạn thường đã trải qua, như chứng kiến cảnh thân nhân bị tử vong vì bom đạn ngay trước mắt họ mà không cứu được; như nghe tin thân nhân bị chết đói chết khát hoặc bị cưỡng bức tình dục bởi cướp biển trên đường đi vượt biên; như thấy cha, chồng, con mình bị tù tội, đánh đập, đầy đọa chỉ vì bất đồng chính kiến....Khi đọc và biết được những điều này, họ sẽ ý thức rằng những khó khăn họ đang gặp không thấm vào đâu, và sẽ vượt qua được dễ dàng.

"I imagine one of the reasons people cling to their hates so stubbornly is because they sense, once hate is gone, they will be forced to deal with pain."
— **James Baldwin**

> **"Tôi mường tượng ra được rằng, một trong những lý do họ ôm chặt lấy sự hận thù một cách ngoan cố, là vì họ cảm thấy một khi sự thù hận biến mất, thì họ phải đương đầu với chính sự khổ đau."**

Lúc trước tôi hay thắc mắc về sự biến đổi nhanh chóng của các chú, các bác cựu quân nhân trong cộng đồng. Bình thường họ là những người trầm tĩnh, chín chắn, và trò chuyện một cách điềm đạm. Thế mà cứ vào dịp 30 tháng Tư, họ hầu như biến dạng thành những con người sôi nổi, bồn chồn trong các bộ quân phục cũ xưa của Quân Lực Việt Nam Cộng Hoà. Họ tham gia các cuộc diễn hành, chân dậm vang từng bước, tay phất cao các biểu ngữ tự biên, miệng la to các khẩu hiệu đến khản cả tiếng, và trong mắt họ rực sáng sự hận thù. Lúc ấy, tôi đã nhìn họ như những người "chống cộng quá khích" và coi như là một hình ảnh đương nhiên của mỗi dịp Tháng Tư Đen. Tôi thường nghe những lời phê bình trong đám đông, nhất là giới trẻ, *"Thôi bỏ qua những chuyện quá khứ đi mà sống cuộc đời mới."* hoặc *"Tại sao lại tiếp tục giam mình trong sự hận thù? Mình là người tự do rồi mà!"* Cũng giống như nhiều người khác, tôi đã không có sự hiểu biết và cảm thông cho sự thống khổ của các cựu tù nhân của các "trại cải tạo." Tôi chưa ý thức được những trải nghiệm cay đắng, nhục nhằn và đau đớn từ thể xác đến tinh thần của các vị này. Tôi không hề hình dung ra được sự thù hận cộng sản bên ngoài của họ, là tấm bình phong che dấu nỗi đau hằn sâu bên trong. Để chuộc lại sự sai lầm này, chúng tôi muốn cho các em những tài liệu chính xác và những dữ kiện rõ ràng. Khi được đọc và hiểu tường tận, các em sẽ có sự cảm thông và kính phục các thân nhân từng là tù nhân chính trị trong các trại giam khắp nơi trên quê hương Việt Nam hàng chục năm sau cuộc chiến.

"There are so many ways of being despicable it quite makes one's head spin. But the way to be really despicable is to be contemptuous of other people's pain."
— James Baldwin

> "Có quá nhiều cách để trở thành kẻ đáng khinh bỉ. Tuy nhiên điều đáng khinh bỉ nhất là sự coi thường và làm ngơ trước nỗi khổ đau của kẻ khác."

Trong quá trình soạn thảo, tìm đọc, suy ngẫm, lọc lựa và sắp xếp các ý tưởng và khái niệm chính yếu cho giáo trình, không những tôi học hỏi thêm được rất nhiều mà cả tâm hồn và trái tim tôi cũng bị đánh động và thổn thức. Có những buổi tối ngồi đọc suốt đêm các trang hồi ký của các tù nhân trại cải tạo, tôi lạnh run cả người mặc dầu đã trùm kín từ cổ xuống chân. Các dòng chữ trên giấy không thể nào lột tả được hết những nhục nhằn đau khổ họ đã chịu đựng qua nhiều năm tháng; những nỗi tuyệt vọng mỗi khi ý thức sự giả dối và thất hứa của kẻ thắng cuộc; và những tia hy vọng le lói mỗi khi nhận được thư hoặc được thân nhân thăm viếng. Nhưng rồi tia hy vọng lại dập tắt khi ăhọ bị đưa ra những vùng rừng thiêng nước độc miết tận giới tuyến Bắc phần. Lòng tôi tê tái nghĩ đến những người đã chết vùi thây trong các nơi chốn khốn cùng đó; con cháu họ sẽ chẳng bao giờ được nghe được biết những câu truyện và trải nghiệm đau thương của họ. Các thế hệ sau cũng chẳng tìm được những dữ kiện gì về vấn đề này bằng Anh ngữ. Giữa những hành động và cách đối xử vô nhân đạo của bên thắng cuộc là những tình huống thể hiện tình người, sự nhân bản và lòng can đảm của các người cha, người chồng, người đồng đội với nhau. Bên cạnh đó là những câu truyện của những người phụ nữ lặn lội đi tìm để thăm nuôi cha, chồng, anh, v...v... Hành trình gian nan của họ thể hiện một sự hy sinh cao quý vô tận trong nhiều hoàn cảnh éo le, tương xứng với bốn câu thơ của Hồ Dzếnh

Cô gái Việt Nam ơi!
Nếu chữ hy sinh có ở đời
Tôi muốn nạm vàng muôn khổ cực
Cho lòng cô gái Việt Nam tươi

Song song với hồi ký của các tù trại cải tại, chúng tôi ghi lại các trải nghiệm và hành trình của các người con, vợ, hôn thê, thân nhân đi thăm nuôi tù cải tạo trong cuốn sách này. Chúng tôi tin là khi các con cháu đọc những câu truyện này, các em sẽ không khỏi chạnh lòng cảm thương cho ông bà mà còn ý thức hơn sự hy sinh cao cả của gia đình.

"To accept one's past – one's history – is not the same thing as drowning in it; it is learning how to use it."
— **James Baldwin**

> **"Chấp nhận quá khứ và quá trình trải nghiệm cuộc đời của mình không có nghĩa là bị chết đuối trong nó mà là biết cách dùng nó."**

Có những em sinh viên đã từng nói với tôi, *"Cha mẹ em không muốn nói về quá khứ. Họ bảo rằng những đau buồn đó nên quên đi là tốt hơn"* hoặc *"Khi Ông em hồi tưởng lại thời gian ấy, giọng ông nghẹn ngào, mắt ông ngấn lệ và không nói được nữa."* Hồi tưởng lại những quá khứ đau thương là chuyện ít ai muốn làm. Tuy nhiên khi làm được thì sự đau khổ giảm dần, và có lúc lại tìm được những sự nhân bản hoặc tình người le lói trong đó. Trong cuốn giáo trình này, chúng tôi có những phần gọi là "Nối Kết với Bản Thân và Gia Đình." Trong đó có các đề nghị và cách thức để các em biết gợi chuyện, hỏi han, chia sẻ và tạo một mối tình thân với những người lớn tuổi trong gia đình trước khi nói về quá khứ thời loạn ly. Chúng tôi cũng đưa vào những mẫu truyện, hình ảnh và phim ảnh mà các em có thể chia sẻ với gia đình để giới thiệu các đề tài các em đang học về lịch sử người Việt tị nạn. Chúng tôi biết rằng khi các thân nhân đã trải qua nhiều đau thương có cơ hội nhìn lại quá khứ, nhắc lại và kể lại được cho các con cháu đang sẵn sàng đón nghe, thì lòng họ được an ủi rất nhiều.

"It demands great spiritual resilience not to hate the hater whose foot is on your neck, and an even greater miracle of perception and charity not to teach your child to hate."
— James Baldwin

> "Để không oán thù kẻ đã từng chà đạp và đầy đọa mình, người ta cần một ý chí phục hồi cao độ. Để không truyền cho con cháu sự oán thù này, thì càng đòi hỏi một phép lạ về sự nhận thức và lòng bác ái."

Chúng tôi tin vào việc tìm hiểu, ghi lại, và xác định những gì đã xảy ra, bất kỳ những sự việc đó dã man như thế nào. Tuy nhiên, chúng tôi không muốn các dữ kiện và hành xử vô nhân đạo đã xảy ra cho thân nhân khiến các em chuốc lấy sự thù hận mà thế hệ trước đã mang phải. Chúng tôi lồng vào các câu truyện thật nói lên tình người, thể hiện sự nhân bản cao quý trong các tình cảnh khốn cùng nhất.

"I love America more than any other country in the world and, exactly for this reason, I insist on the right to criticize her perpetually."
— James Baldwin

"Tôi yêu Hoa Kỳ hơn bất cứ quốc gia nào trên thế giới, và vì vậy, tôi nhất định duy trì quyền được phê bình chỉ trích đất nước này mãi mãi."

Trong môi trường làm việc, tôi tiếp xúc với nhiều người trong giới khoa bảng, học giả và các sinh viên có cái nhìn đầy mộng tưởng về chủ nghĩa Cộng Sản. Họ tin vào khái niệm rằng muốn san bằng tất cả các bất công xã hội thì phải dẹp bỏ những gì tạo nên sự phân chia giai cấp. Đó là thuyết Tam Vô: Vô sản (vì tất cả thuộc về nhà nước nên mọi người đều nghèo đói ngang nhau), Vô tôn giáo (họ cho đó là thuốc phiện ru ngủ những tầng lớp bị áp bức nên ngăn cấm, chỉ cần tin vào đảng thôi), và Vô gia đình (có nhà nước lo rồi khỏi cần gia đình.) Sự thật chưa có nơi nào trên thế giới thể hiện được một xã hội Cộng Sản ấm no và an bình. Trong giáo trình này, chúng tôi muốn các em ý thức sự hy sinh của gia đình khi quyết định từ bỏ quê cha đất tổ, ra đi làm người tị nạn để được sống trong một đất nước mà người dân có quyền sở hữu những gì họ gầy dựng, có quyền tín ngưỡng và thờ phượng hoặc không, và có quyền chọn người đại diện cho mình. Sự hy sinh của các gia đình tị nạn cho các thế hệ sau có cả quyền công khai lên tiếng chỉ trích chính quyền và các vị lãnh đạo quốc gia, để đất nước này luôn tiếp tục cải thiện, đem lại sự ấm no cho tất cả mọi người dân.

"You write in order to change the world, knowing perfectly well that you probably can't, but also knowing that literature is indispensable to the world... The world changes according to the way people see it, and if you alter, even but a millimeter the way people look at reality, then you can change it."
— James Baldwin

"Bạn viết vì muốn thay đổi thế giới mặc dầu đã hiểu rất rõ là bạn chẳng làm được; tuy nhiên bạn biết sự cần thiết của văn chương trong cuộc sống... Thế giới thay đổi theo quan điểm con người nhìn nó, và nếu bạn thay đổi chỉ một milimét cách người ta nhìn vào thực tế, bạn cũng thay đổi nó được rồi. "

Tôi không mong mỏi thay đổi thế giới nhưng tôi ước mong thay đổi nhiều hơn là một milimét cách giới trẻ nhìn và hiểu về quá trình Gia Đình Người Việt Tị Nạn. Như thế, họ sẽ có được một sự cảm thông và lòng biết ơn sâu xa cho các thế hệ đi trước, và lòng bác ái với các nhóm tị nạn khắp nơi trên thế giới.

PROLOGUE

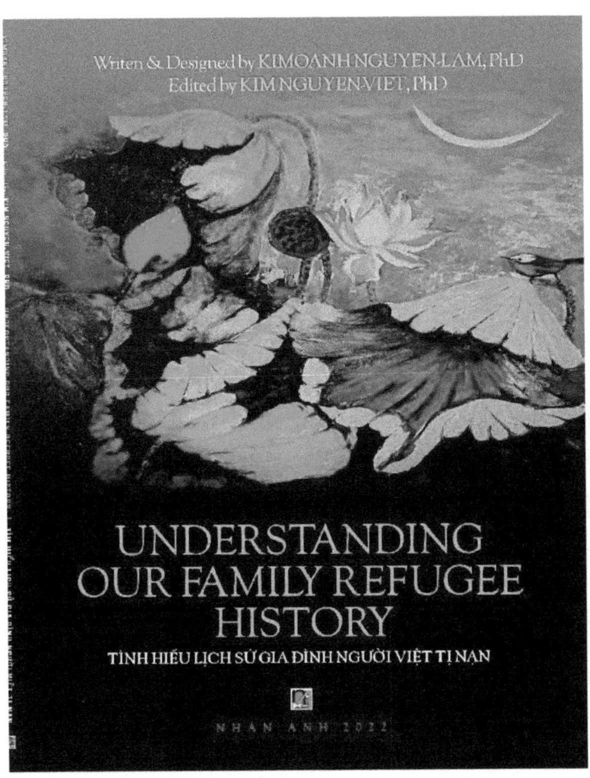

I found the quotes by James Baldwin expressed my thoughts and my motivation for having completed this second book in a record time – barely 2 months from drafting to publishing and nearly 200 pages! I was driven to finish it in time to commemorate this year's April 30th , 2022. There were many days when I was totally immersed in this work for long stretches of time but still felt energized at the end of each day. What was the source of my motivation? I found that the following **quotes by James Baldwin** reflect the inner drive that kept me going.

"Know from whence you came. If you know whence you came, there are absolutely no limitations to where you can go."

I felt an urgency to help the young Vietnamese Americans, those who were born and mature in this country to have a better understanding and appreciation of their family refugee history. I strongly believe that having this understanding would make a positive impact in their lives. Knowing the harrowing experience of their parents, grandparents and adults in the family in risking their lives for freedom would make them not taking freedom and liberty for granted. Understanding the suffering that their families endured would engender in them compassion for all the refugees and displaced people of the world. Realizing the obstacles and challenges their families had overcome would give them the inner strength and resiliency to overcome any obstacles later in life and achieve whatever they set their mind to attain.

"You think your pain and your heartbreak are unprecedented in the history of the world, but then you read."

Most young people when encounter their first major obstacle tend to think it's the end of the world. Being able to read, hear, and learn of the hardships, pain, and sorrow of family members who witnessed loved ones being killed for their belief, who saw their family members dying of starvation, being raped or maimed on their escape, or imprisoned for rejecting communism, would put into perspective whatever troubles they currently encounter.

"I imagine one of the reasons people cling to their hates so stubbornly is because they sense, once hate is gone, they will be forced to deal with pain."

I used to wonder about the strange and quick transformation of the elder men in our community, going from rational, calm, and mild-manner people to those who put on their old pre-1975 military uniforms and rigidly marched down the streets of Little Saigon, swinging their arms and legs, waving home-made signs, and shouting logans with such hatred and vengeance. I had labeled them "anti-communist fanatics" and had come to expect the spectacle each year as we commemorated Black April – April 30th, the day in 1975 when the Communist North Vietnam overtook the South Republic of Vietnam. I had heard similar comments expressed: *"Why can't they let go of the past!" "Why carry the hate when they are now free people."* Like others, I had little understanding nor empathy for the deep pain they carried in their hearts, souls, and bodies from the long years of being tortured, abused, and tormented, physically, emotionally, psychologically and spiritually. Their hatred toward communism masked the deep pain that was buried but not yet extinguished. To redeem my ignorance and mistake, I wanted to make sure our children and the next generations to have access to the information that would help them to have respect and compassion for those in their families who were former prisoners of these so-called re-educational camps.

"There are so many ways of being despicable it quite makes one's head spin. But the way to be really despicable is to be contemptuous of other people's pain."

The process of researching, reading and writing this book led me on my own learning journey. I spent long nights, shivering even though covered from head to toes, reading and reliving vicariously the horrific accounts of what went on in the harsh prisons that were presented to the world as "re-education camps," written by those who survived them. Having recognized and awakened to their pain gave me a profound sense of sorrow. So many lives were lost in those prisons and their children would never know their stories. There were hardly any accounts of these experiences available in English in my recent searches. It was not just the husbands and fathers who suffered atrocities in those prisons but the mothers and wives who braved the horrendous and arduous trips to keep their loved ones alive. Their stories and sources are included in this book.

"To accept one's past – one's history – is not the same thing as drowning in it; it is learning how to use it."

Some young people had told me, *"My parents did not want to talk about the past. They said there's nothing good about it to recall"* or *"When they started remembering, tears came to their eyes and they shut down."* Included in this book are sections labeled "Personal Connection" with suggested prompts, phrases and conversation starters to help young people initiate talks, discussions and conversations with their family members to establish a genuine bond and mutual trust before delving into the past. We also have photos, books, films for them to share with family members as a way to introduce each topic. We know that the process of opening up to a caring young family member who wants to know their history would give the elder a chance to be healed and be whole again.

"It demands great spiritual resilience not to hate the hater whose foot is on your neck, and an even greater miracle of perception and charity not to teach your child to hate."

We believed in recalling, recording and acknowledging what had taken place, no matter how harsh the facts were. At the same time, we wanted to make sure that knowing the harsh facts and cruel reality would not lead the young people back to the sense of hatred and vengeance that the elders had experienced. We included many human-interest stories that showed great humanity under the direst circumstances.

"I love America more than any other country in the world and, exactly for this reason, I insist on the right to criticize her perpetually."

In my professional circles, I came across many academics and college students with a "romantic" or "dreamy" notion of communism, believing in its ideology of dismantling inequality in society by making everyone "equal" through eliminating what set people apart. In theory, communist regime promulgates 3 big NOs: no ownership (everything belongs to the state, thus "equally poor!"), no religion (they say that it's the opium that drugs people into complacency), and no country nor family (communist party loyalty takes precedent over everything)! In reality, communist ideology had never brought equality, prosperity nor peace to anyone or anywhere in the world. As I was writing this book, images of the war in Ukraine splashed across TV screens daily. They brought shivers and distress to many of us who had gone through similar experiences and suffered because of the same false ideology. In this book, we wanted to make sure our young people understand that their families fled their beloved homeland because they wanted to live in a place where they could speak their mind, move about freely, choose to worship in any way they wish or not, and yes, be free to criticize their own government, as often as they wish, so it can continue to make things better for all of us!

"You write in order to change the world, knowing perfectly well that you probably can't, but also knowing that literature is indispensable to the world... The world changes according to the way people see it, and if you alter, even but a millimeter the way people look at reality, then you can change it."

I do not aspire to write to change the world but I do wish to change more than a millimeter how our young Vietnamese Americans perceive their family refugee experience and come to a deep appreciation and compassion for their elders and all those who share similar experiences.

Dear Young Friends,

This book is designed especially for you, whose heritage is Vietnamese but were born and raised outside of Vietnam. You could use this book as an "Exploration Project" to deepen your understanding of your heritage, your root, and your family legacy that includes the family refugee history. This project offers you an opportunity to understand and appreciate your grandparents and parents' refugee and immigration experience. Have you ever had one of these questions about your parents, grandparents or other adults in your circle?

- What made them flee their homeland?
- What hardships did they endure?
- What obstacles and struggles did they overcome?
- What was their life before coming to the U.S.?
- Why did they express such abhorrence for anything communist?
- Why did many of their generation become incomprehensible fanatics in their anti-communist demonstrations?
- Why did they look so sad and somber every year around April 30th?
- What is communism?

If any of the above questions had once entered your mind, this book project is for you. The book is designed to enable you to develop some basic understanding about your family, their ancestral root and hometown. Your understanding of their tie to the deep Vietnamese cultural sense of "Home is the place where we were born and will be buried" will help you understand the great sacrifices as well as the circumstances that forced the older generations to leave their homeland.

Our family refugee legacy is intertwined with the Vietnam War history. You probably had superficially learned about it in schools as one of the wars that the U.S. involved in. Most likely you had promptly forgotten about it, not thinking it had anything to do with you and your future. As a life-long learner and educator who interacted with people of all ages, I'm here to urge you to take a closer look. The Vietnam War and its aftermath have everything to do with you! If not, you would **not** be where you are, born and mature in the U.S. or another place, outside of Vietnam. Don't you think it's time to pay some attention?

In this book, you will encounter names and locations that you probably have heard in adult conversations in your extended families. These names and places may have significant meanings to your families. Incidents and events that occurred in Vietnam leading to the mass Exodus at the end of April 1975 will be presented and discussed. We included many human-interest stories and first-person narratives to help you frame these events in a more personal context.

There is much information about the Vietnam War on the internet and in school libraries. However, a majority of them presented the history of the Vietnam war and the roles of the Republic of Vietnam government, people and armed forces in a biased, dismissive and at times, condescending perspective. Through the prompts and questioned provided in this book, you will have the opportunities to initiate conversations, ask questions, and listen to stories from the adults in your family who are historical witnesses. These personal accounts, together with the short reading passages, will provide you the needed foundation and motivation to begin your own learning journey to discover why it's important to remember that as a people, we entered this country as political refugees, not economic immigrants.

Professor KimOanh Nguyen-Lam
Dr. Kim Nguyen-Viet
April 2022

Công Trình Tìm Hiểu Lịch Sử Gia Đình Người Mỹ Gốc Việt Của Tôi

Tôi trao tặng cuốn sách này cho gia đình tôi

Ông Bà Nội: ______________________________

Ông Bà Ngoại: ____________________________

Bố Mẹ: __________________________________

Anh/Chị/Em: ______________________________

Tác Giả: _____________________

Ngày: _____________________

My Vietnamese American Family History Book Project

This book is dedicated to my family

Paternal Grandparents: ____________________

Maternal Grandparents: ____________________

My Parents: ____________________

My Siblings: ____________________

Author________________

Date: ________________

THƯ VIẾT CHO GIA ĐÌNH TÔI

Letter To My Family

Trên trang kế tiếp, em hãy viết một lá thư cho gia đình để nói về ý định của em khi em muốn làm cuốn sách. Em hy vọng cuốn sách này sẽ giúp em tìm hiểu thêm về cội nguồn của gia đình cùng các di sản văn hoá. Em muốn biết thêm về các trải nghiệm của các thế hệ ông bà, cha mẹ trong các chặng đường của người tị nạn rời bỏ quê hương đi tìm tự do. Em cũng có thể nói với gia đình, em mong ước học được gì khi em làm cuốn sách này và xin gia đình giúp em để em hoàn tất được cuốn sách này một cách tốt đẹp và có ý nghĩa nhất.

CÁC TỪ VỰNG EM CÓ THỂ DÙNG – YOUR WORD BANK

Kế tiếp:	**Following/Next**
Gia đình:	**Family**
Ý định:	**Intention**
Quyết định:	**Decision**
Cội nguồn:	**Root/Source/ Origin**
Di sản:	**Legacy**
Văn hoá:	**Culture**
Trải nghiệm:	**Experience**
Thế hệ:	**Generation**

Chặng đường:	**Journeys**
Rời bỏ:	**Leave behind/Flee**
Đi tìm:	**Search for**
Tự do:	**Freedom**
Chia sẻ:	**Share**
Mong ước:	**Wish/Hope/ Desire**
Cần:	**Need**
Giúp:	**Help/Assist**

I. CỘI NGUỒN CỦA GIA ĐÌNH TÔI
Understanding My Ancestral Root

Ca dao tục ngữ Việt Nam có câu sau đây:

Con người có cố có ông,
Như cây có cội như sông có nguồn.

Hai câu này muốn nói là bất cứ cái gì cũng phải bắt đầu từ một xuất xứ nào đó. Một cây cổ thụ lâu đời to lớn cũng đã bắt đầu từ một cái hạt nẩy mầm đâm rễ xuống lòng đất. Một con sông bất kỳ lớn hay bé, to hay nhỏ, rộng hay hẹp cũng bắt đầu từ một nguồn hoặc mạch nước từ trên cao chảy xuống và từ đó tiếp tục hội nhập với các dòng nước khác để rồi thành một con sông.

Cội nguồn/ Nguồn gốc:	**Root, ancestral origin**
Ca dao:	**Idiom**
Tục ngữ:	**Proverbs**
Cố/Ông:	**Ancestors**
Cội:	**Place of origin**
Nguồn:	**Source/ River headstream**
Bắt đầu:	**Begin**
Xuất xứ:	**Origin, hometown**

Cây cổ thụ:	**A very old tree**
Hạt:	**Seed**
Nảy mầm:	**Sprout**
Đâm rễ:	**Put down root**
Lòng đất:	**Inside the earth**
Sông:	**River**
Bất kỳ:	**Regardless**
Lớn/To:	**Big**
Nhỏ/Bé:	**Small**
Rộng:	**Wide**
Hẹp:	**Narrow**

Gần nhà/trường em có con sông nào? Em hãy tìm xuất xứ của nó.
Find the headstream (source) of the river nearest where you live.

Cũng như cái cây và con sông, mỗi con người có xuất xứ. Nơi mà ông bà tổ tiên đến sinh sống và gầy dựng đầu tiên hết được xem như là cội nguồn. Khi muốn tìm cội nguồn của gia đình dòng họ, trước hết em phải xác định đâu là quê của cha mẹ và ông bà. Đây là nơi có nhà để thờ hoặc tôn kính gia phả dòng họ còn gọi là "nhà từ đường." Vì chiến tranh kéo dài nhiều năm, có thể cha mẹ hoặc ông bà đã không sinh ra ở nơi đó hoặc đã rời xa quê hương xuất xứ từ lâu. Trong trường hợp này, em nên hỏi cha mẹ ông bà nơi nào họ cho là quê hương của họ và tìm hiểu thêm.

Xuất xứ:	**Origin, hometown**
Sinh sống:	**Born and live, Make a living**
Gầy dựng:	**Build a life**
Đầu tiên:	**First, beginning**
Dòng họ:	**Relatives, ancestry**
Xác định:	**Determine**
Thờ:	**Worship**
Gia phả:	**Ancestry record**

Tôn kính:	**Pay respect**
Từ đường:	**Ancestral temple**
Chiến tranh:	**War**
Kéo dài:	**Prolong**
Rời xa:	**Leave behind**
Trường hợp:	**Situation**
Tìm hiểu:	**Understand**
Quê/ Quê Hương	**Hometown**

Bàn thờ tổ tiên
Ancestral Altar

Đền thờ tổ tiên – Nhà Từ Đường
Ancestral Temple/Hall

Write a summary of this passage in English

Một cây cổ thụ lâu đời to lớn cũng đã bắt đầu từ một cái hạt nẩy mầm đâm rễ xuống lòng đất. Một con sông bất kỳ lớn hay bé, to hay nhỏ, rộng hay hẹp cũng bắt đầu từ một nguồn hoặc mạch nước từ trên cao chảy xuống và từ đó tiếp tục hội nhập với các dòng nước khác để rồi thành một con sông. Cũng như cái cây và con sông, mỗi con người có xuất xứ. Nơi mà ông bà tổ tiên đến sinh sống và gầy dựng đầu tiên hết được xem như là cội nguồn. Khi muốn tìm cội nguồn của gia đình dòng họ, trước hết em phải xác định đâu là quê của cha mẹ và ông bà. Đây là nơi có nhà để thờ hoặc tôn kính gia phả dòng họ còn gọi là "nhà từ đường." Vì chiến tranh kéo dài nhiều năm, có thể cha mẹ hoặc ông bà đã không sinh ra ở nơi đó hoặc đã rời xa quê hương xuất xứ từ lâu..

Em Tìm Hiểu với Gia Đình

Em có thể hỏi:

- ***Quê hương xuất xứ của ba mẹ và ông bà ở đâu? Tên nơi ấy là gì? Làng, tỉnh, thành phố... tên gì? Miền Bắc, Trung, hay Nam? Nơi đó có những đặc điểm gì hoặc nổi tiếng về cái gì hoặc điều gì?***
- ***Ba mẹ/ông bà có những kỷ niệm hoặc được kể những gì về nơi chốn ấy?***
- ***Nơi ấy người dân sống bằng nghề gì và có những đặc tính hoặc đức tính gì? Nơi ấy có những truyền thống và tập tục gì?***

Có khi cha mẹ/ông bà không nhớ nhiều về những nơi chốn này. Tuy nhiên, khi em có dịp lên mạng tra cứu để tìm tài liệu và kể lại với họ, cha mẹ và ông bà sẽ có dịp nhớ lại và kể thêm cho em biết.

LƯU Ý: Em nên phân biệt quê nội và quê ngoại:

- Quê Nội: nơi xuất xứ của cha và ông bà nội và dòng họ bên nội
- Quê Ngoại: nơi xuất xứ của mẹ và ông bà ngoại và dòng họ bên ngoại

Làng/Xã:	**Village**
Tỉnh:	**Province**
Thành:	**City**
Phố:	**Shopping district**
Miền:	**Region**
Bắc:	**Northern**
Trung:	**Central**
Nam:	**Southern**
Đặc điểm:	**Uniqueness/Special feature**
Nổi tiếng:	**Famous/Well-known**
Kỷ niệm:	**Memories**
Được kể:	**Being told**
Nơi chốn:	**Place/Location**
Người dân:	**People/dwellers**

Sinh sống:	**Make a living**
Nghề:	**Profession/Trade**
Đặc tính:	**Specialty**
Đức tính:	**Characters**
Truyền thống:	**Tradition**
Tập tục:	**Common Practice**
Nhớ:	**Remember/Recall**
Tra cứu:	**Research**
Tìm:	**Find/Look for**
Tài liệu:	**information**
Kể lại:	**Retell**
Dịp:	**Occasion**
Kể:	**Tell**
Quê Nội:	**Paternal Village**
Quê Ngoại:	**Maternal Village**

Các Chi Tiết Về Nguồn Gốc Gia Đình Em

CHI TIẾT	QUÊ NỘI	QUÊ NGOẠI
Tên làng/xã:	__________	__________
Tỉnh:	__________	__________
Thành phố:	__________	__________
Miền:	__________	__________
Nổi tiếng:	__________	__________
Người dân:	__________	__________
Đặc điểm:	__________	__________
Đặc tính:	__________	__________
Đức tính:	__________	__________
Nghề:	__________	__________
Truyền thống:	__________	__________
Tập tục:	__________	__________
Các kỷ niệm:	__________	__________

Những điều gì làm em hứng thú hoặc cảm động nhất:

Em Viết Về Quê Nội Gia Đình Em

Hình Ảnh về Quê Nội

Em Viết Về Quê Ngoại Gia Đình Em

Hình Ảnh về Quê Ngoại

Em đánh dấu quê Nội - Ngoại ở đâu trên bản đồ này

Quê Ngoại

Quê Nội

Em hỏi cha mẹ đã từng ở những nơi nào và em khoanh tròn hoặc thêm vào các nơi ấy trên bản đồ này

MỐC THỜI GIAN – TIMELINE

Em làm cái Timeline cho Cha và Mẹ – bắt đầu với năm sanh, nơi chốn và kết thúc với lúc rời bỏ Việt Nam và nơi chốn. Giữa đó là các nơi chốn họ đã sống và năm nào.

Bài học đầu cho con

Đỗ Trung Quân

Quê hương là gì hả mẹ
Mà cô giáo dạy hãy yêu?
Quê hương là gì hả mẹ
Ai đi xa cũng nhớ nhiều?

Quê hương là chùm khế ngọt
Cho con trèo hái mỗi ngày
Quê hương là đường đi học
Con về rợp bướm vàng bay

Quê hương là con diều biếc
Tuổi thơ con thả trên đồng
Quê hương là con đò nhỏ
Êm đềm khua nước ven sông

Quê hương là cầu tre nhỏ
Mẹ về nón lá nghiêng che
Là hương hoa đồng cỏ nội
Bay trong giấc ngủ đêm hè

Quê hương là đêm trăng tỏ
Hoa cau rụng trắng ngoài thềm
Tiếng ếch râm ran bờ ruộng
Con nằm nghe giữa mưa đêm

Quê hương là bàn tay mẹ
Dịu dàng hái lá mồng tơi
Bát canh ngọt ngào tỏa khói
Sau chiều tan học mưa rơi

Quê hương là vàng hoa bí
Là hồng tím giậu mồng tơi
Là đỏ đôi bờ dâm bụt
Màu hoa sen trắng tinh khôi

Quê hương mỗi người đều có
Vừa khi mở mắt chào đời
Quê hương là dòng sữa mẹ
Thơm thơm giọt xuống bên nôi

Quê hương mỗi người chỉ một
Như là chỉ một mẹ thôi
Quê hương nếu ai không nhớ
Sẽ không lớn nổi thành người.

Em đọc bài thơ của tác giả Đỗ Trung Quân viết về quê hương và:

- Liệt kê ra tất cả những từ ngữ mà tác giả dùng để đưa ra những hình ảnh về quê hương trong trí nhớ của ông ta.
- Tìm những hình ảnh đi với các chữ em đã tìm thấy trong bài – có thể vẽ hoặc dán hình vào
- Sau đó đọc bài thơ này cho một người trong gia đình mà đã sinh ra và lớn lên ở Việt Nam. Em hỏi người ấy có những hình nào gợi nhớ về quê hương và ghi xuống.

Bài học đầu cho con

Quê Hương Là Gì Hở Mẹ?

Tìm và ghi lại các từ ngữ gợi hình về quê hương trong bài thơ của Đỗ Trung Quân và hình ảnh:

Quê Hương Là Gì?

Tên người em đã nói chuyện về bài thơ: _______________

Các từ ngữ và hình ảnh quê hương mà họ đã kể cho em biết:

II. NGƯỜI VIỆT VÀ QUÊ HƯƠNG
The Viet People and their Homeland

Chẳng ai muốn từ bỏ quê hương trừ khi họ gặp phải những hoàn cảnh khó khăn hoặc tuyệt vọng buộc phải làm như thế. Đối với người Việt, quê hương là nơi "***chôn nhau cắt rốn***," là nơi có mồ mả tổ tiên và bà con dòng họ. Những sự ràng buộc mật thiết và thiêng liêng này gắn chặt người Việt với quê hương đất nước họ. Tuy nhiên chiến tranh Việt Nam đã làm nhiều gia đình phải di cư từ Bắc vào Nam, hoặc tản cư từ vùng này qua vùng khác và từ bỏ ***quê cha đất tổ*** của họ.

Phát triển Từ Vựng – Vocabulary Development:

Find the Vietnamese vocabulary words in the passage above that have the same meanings as these words in English:

- To leave behind:
- No one/Nobody:
- Except:
- Situations/Circumstances:
- Difficult/Dire
- Desperate:
- Must:
- Burial places:
- Ancestors:
- Ancestry:
- Connections:
- Tight:
- Sacred:
- Hold tightly:
- However:
- War:
- Families:
- Immigrate:
- Evacuate

Critical Thinking – Suy Nghĩ Sâu sắc:
Think and write your responses to these questions – you might ask the adults in your family for help:

- Trong bài đọc trên, quê hương được nói đến hoặc gọi bằng những từ ngữ nào?
- Đối với người Việt, quê hương có ý nghĩa gì?
- Em hỏi một người lớn trong gia đình tại sao quê hương được gọi là "**nơi chôn nhau cắt rốn**"?
- Trong những trường hợp nào thì người Việt phải rời xa quê hương?
- Trong gia đình em, cha mẹ, ông bà và các người thân đã phải rời xa quê hương bao nhiêu lần và vì sao?
- Họ phải chịu đựng những mất mát gì khi phải từ bỏ quê hương? Nếu em ở trong những hoàn cảnh như vậy thì em sẽ cảm thấy như thế nào?
- Em nghĩ gì về những khó khăn và mất mát vì chiến tranh mà gia đình dòng họ em đã gánh chịu?
- Đối với em, nơi nào là nơi em yêu quý và không muốn rời xa?

iini.net

III. Hiệp Định Geneva & CUỘC DI CƯ 1954
The Immigration to the South

Click on the links below to better understand the GENEVA ACCORDS of 1954 and its significance in our history:

The Geneva Accords of 1954 (alphahistory.com)

Geneva Conference to resolve problems in Asia begins - HISTORY

Năm 1954 Hiệp Định Geneva tạm thời chia đôi đất nước Việt Nam theo vĩ tuyến 17 – miền Bắc theo chính thể Cộng Sản và miền Nam theo chính thể Cộng Hoà trong Liên Hiệp Pháp. Năm 1956 Tổng Thống Ngô Đình Diệm thành lập Việt Nam Cộng Hoà, hoàn toàn độc lập.

Nhiều người ở miền Bắc không muốn sống dưới chế độ Cộng Sản đã di cư vào Nam. Một số đông là người theo đạo Công Giáo, di cư vì chủ nghĩa Cộng Sản là vô thần, họ không chấp nhận người dân theo một tôn giáo nào hết. Ngoài sự mất quyền tự do tín ngưỡng, người dân sống dưới chế độ Cộng Sản còn bị mất nhiều quyền căn bản khác như quyền sở hữu ruộng đất, quyền tự do tập họp hoặc đi lại mà không bị kiểm soát hoặc đe dọa, và quyền được xét xử công minh trước khi bị buộc tội và bị giam vào tù.

Nói tóm lại, chế độ Cộng Sản do một nhóm người cai trị, trái ngược với chế độ Dân Chủ là người dân được quyền bầu cử chọn người đại diện cho mình để bảo vệ các quyền tự do căn bản của mọi người dân trong nước theo Hiến Pháp.

Trong thời gian 1954-1955, khoảng 700,000 người di cư từ Bắc vào Nam theo chiến dịch có tên Operation Passage to Freedom. Ngược lại thì có khoảng 140,000 từ Nam ra Bắc mà đa số là cán binh Cộng Sản.

Phát triển Từ Vựng – Vocabulary Development:

Find the Vietnamese vocabulary words in the passage above that have the same meanings as these words in English:

- Communism:
- Democracy:
- Regime/Governance:
- Alliance:
- Immigrate:
- Atheist:
- Rights:
- Relious Freedom:
- Property ownership:
- Assembly:
- Control:
- Threat:
- Govern/Rule:
- Judge:
- Fair and Just:
- Accuse
- Imprison
- Vote:
- Choose
- Represent:
- Protect:
- Basic Rights:
- Period:
- Approximate

Chiếc tàu "Há Mồm" chuyên chở người di cư từ Bắc vào Nam

Hiểu Ý Bài – Reading Comprehension:

Based on the passage above, mark the following statements as TRUE of FALSE

T or F

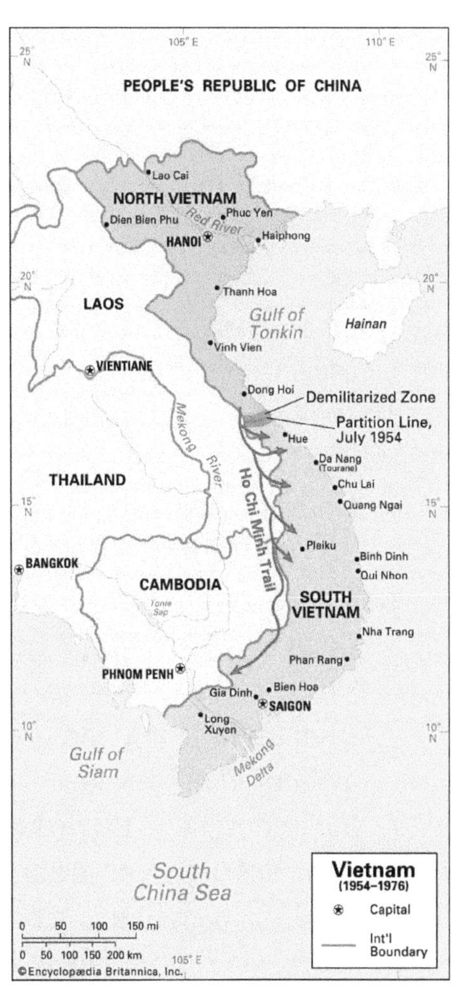

_____ 1. Vietnam was divided by political ideology along the 17th Parallel at a Conference in Geneva in 1954.

_____ 2. Many people moved from South to North because they didn't want to live under the Communist regime.

_____ 3. The North created a Communist government

_____ 4. The South created an independent Republic government 2 years later

_____ 5. People didn't want to live under Communism just because it allowed no religious freedom

_____ 6. People wanted to live in the South because they wanted the protection of the French colonialism.

_____ 7. Communist regime allowed some basic human rights including freedom of expression, freedom of assembly, property ownership, and the right a trial before imprisonment.

_____ 8. The primary difference between Communism and Democracy was the right to select the persons and political party to represent us in the governance versus having one small group of people from one party making all the governing decisions.

_____ 9. When people from the North migrated to the South, they could bring all their belongings and possessions with them.

_____ 10. Many families were separated by the decision to immigrate from the North to the South

Nối Kết với Bản Thân

Em có thể dùng các câu hỏi gợi ý sau đây để nói chuyện với các người lớn trong gia đình:

1. Có ai trong dòng họ mình đã phải di cư từ Bắc vào Nam năm 1954 theo Hiệp Định Genève không?
2. Trước 1975, trong gia đình dòng họ mình, đã có ai phải di cư hoặc tản cư vì chiến tranh chưa?
3. Những người phải di cư hoặc tản cư phải làm gì để có nhà ở? Làm sao để kiếm sống?
4. Trong lúc đó họ phải sống như thế nào? Họ gặp những khó khăn nào?
5. Có ai giúp họ không? Họ đã làm gì để vượt qua hoặc tới nơi an toàn?
6. Họ có sợ và lo lắng nhiều không? Điều quan trọng nhất đối với họ lúc ấy là điều gì? Tại sao?
7. Bây giờ nghĩ lại thì họ cảm thấy thế nào? Điều gì quan trọng nhất mà họ muốn con cháu đừng bao giờ quên?
8. Trong gia đình dòng họ mình đã theo những tín ngưỡng gì? Những tín ngưỡng này đặt trên những niềm tin nào? Những điều này có giúp cho họ trải qua những khó khăn không và như thế nào?
9. Trong gia đình dòng họ mình đã có ai sống dưới chế độ cộng sản chưa? Kinh nghiệm ấy ra sao?
10. Những lý do gì mà nhiều người không chấp nhận và trốn chạy chế độ Cộng Sản?

A Campaign Poster enticing people to migrate to the South to escape communism

Personal Connection

Ask the older people in your family and record what they share. Use these suggested questions as prompts in order to gather information about your family history.

Ask your elder family members if there were anyone in who had migrated from North Vietnam to South Vietnam in 1954 according to the Geneva Accord. In addition, find out if before the Fall of Saigon in April 1975, there were anyone in your family circles who had to flee because of the war. Talk to these historical witnesses to find out:

1. How did they survive? What did they have to go through?
2. What did they have to do to rebuild their lives? What adversities and challenges did they have to face?
3. What kind of help or assistance did they receive to overcome their hardship and reach safety?
4. What were their greatest concerns, worries or fear? What was most important at that time?
5. Thinking back to that period, what feelings do they have? What do they wish their next generations would not forget?
6. What faiths and religions did they have? What were the primary beliefs, moral values, or principles did they uphold? How did these beliefs help them to overcome adversities? Does your family still share these beliefs, values or principles?
7. What experiences with communism or life under communist regime did your families and relatives have? What did they think or feel about it?
8. What were the primary reasons for people to reject communism or communist regime?

Refugees from the North disembark the ship upon arriving at the Port of Saigon

IV. CHIẾN TRANH VIỆT NAM (1955-1975)
The Vietnam War

Hiệp Định Geneva phân chia theo vĩ tuyến 17 – tạm thời chia đôi đất nước, với ý định có một cuộc bỏ phiếu cho cả hai bên lựa chọn, nhưng việc đó không xảy ra. Miền Bắc thành lập chính quyền Cộng Sản và miền Nam theo chế độ dân chủ. Người dân hai bên đã "bỏ phiếu" khi họ chọn nơi họ sống. Tuy nhiên chính quyền Cộng Sản miền Bắc muốn miền Nam Việt Nam cũng trở thành xứ Cộng Sản. Họ được sự trợ giúp của Trung Cộng, Cộng Hoà Liên Bang Sô Viết và khối Đông Âu. Miền Nam Việt Nam được sự ủng hộ của Hoa Kỳ và Đồng Minh.

Chính phủ Hoa Kỳ giúp Việt Nam vì họ tin rằng nếu Việt Nam thành xứ Cộng Sản thì các nước khác ở Á Châu cũng có nguy cơ thành xứ Cộng Sản. Điều này còn được gọi là Thuyết Domino – giống như những con cờ domino được sắp đứng thành một hàng, khi một con cờ bị đẩy cho ngã thì các con khác cũng từ từ ngã theo.

Hoa Kỳ giúp Việt Nam đầu tiên bằng các viện trợ kinh tế, cố vấn quân sự, vũ khí và sau đó là quân nhân tác chiến. Hơn 58,000 quân nhân Hoa Kỳ, nam và nữ đã chết trong chiến tranh Việt Nam.

Quân Lực Việt Nam Cộng Hoà có hơn một triệu quân tham gia chiến đấu chống Cộng Sản xâm lăng. Cuối cùng, con số thương vong, quân nhân và thường dân của miền Nam là khoảng chừng hơn 1,000,000 người và miền Bắc hơn 1,500,000 người .*

Hai cuộc tấn công của Cộng Sản miền Bắc gây nhiều thiệt hại và thương vong cho người dân nhất là **Tết Mậu Thân năm 1968** và **Mùa Hè Đỏ Lửa năm 1972.**

* Rummel, R. J. "Statistics of Vietnamese Democide", http://www.hawaii.edu/powerkills/SOD.TAB6.1B.GIFLines

Phát triển Từ Vựng – Vocabulary Development:

Find the Vietnamese vocabulary words in the passage above that have the same meanings as these words in English:

- Government:
- Respect:
- Geneva Accords:
- Vote
- Become:
- Assistance:
- Communist of China:
- U.S.S.R.:
- Eastern European Block:
- Support:
- United States of America:
- Allies:
- Asia:
- Risk:
- Aides:
- Economic
- Advisory
- Military
- Weaponry:
- Human resource:
- Soldiers
- War:
- Fighting forces:
- Civilians:
- Approximately:
- Attacks:
- Casualties
- Invade
- Army of Republic of Vietnam:

Vietnam War Allies

NORTH	SOUTH
North Vietnam	South Vietnam
Viet Cong and PRG	United States
Pathet Lao	South Korea
Khmer Rouge	Australia
GRUNK (1970–1975)	New Zealand
China	Laos
Soviet Union	Cambodia (1967–1970)
North Korea	Khmer Republic (1970–1975)
	Thailand
	Philippines

Hiểu Ý Bài – Reading Comprehension:

Based on the passage above, mark the following statements as TRUE of FALSE

T or F

_____ 1. People voted "with their fee" by choosing to live under the government of their choice.

_____ 2. North Vietnam continued the fight because they wanted to turn South Vietnam into a communist regime as well.

_____ 3. North Vietnam received the support and aids from Communist China, Soviet Union and the Communist countries in Eastern Europe.

_____ 4. South Vietnam received the support and military aids from the United States and France.

_____ 5. United States assisted South Vietnam because they did not want to see Asian countries around Vietnam to fall into communism.

_____ 6. The Domino Theory was proven correct.

_____ 7. The U.S. sent troops to Vietnam right from the beginning.

_____ 8. Over a million soldiers in South Vietnam fought in the civil war because they believed in democracy

_____ 9. In general both sides suffered a large number of casualties – wounded and dead – regardless of who won the War.

_____ 10. A limited number of people lost family members, their homes or were displaced during the Vietnam War

The Vietnam War Memorial in Washington, D.C.

The Vietnam Veterans Memorial
Washington, D.C.
Designed by Maya Lin

The Vietnam Women's Memorial
Washington, D.C.
Designed by Glenna Goodacre

Tượng Đài Chiến Sĩ Việt Mỹ
Điêu Khắc Gia Tuấn Nguyễn
Westminster, CA

5(a) Tết Mậu Thân năm 1968
"The Tet Offensive of 1968"

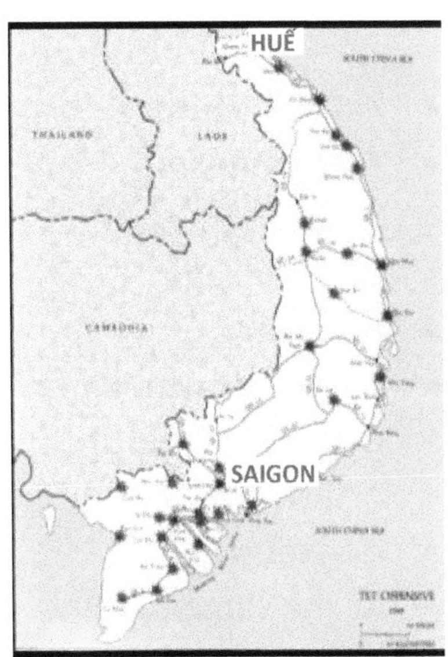

Tết Nguyên Đán là thời gian người Việt theo truyền thống trở về làng xóm, tụ họp gia đình để thờ cúng tổ tiên. Cộng Sản Bắc Việt và Việt Cộng lợi dụng dịp này để làm một cuộc tấn công bất ngờ mặc dầu chính họ đã đưa ra đề nghị hưu chiến trong thời gian này.

Việt Cộng tấn công vào nhiều thành phố trong cùng một lúc. Họ đã lầm tưởng rằng khi họ xâm nhập được vào thành phố thì người dân sẽ nổi dậy theo Cộng Sản. Họ bị tuyên truyền là người miền Nam đang bị bóc lột và áp bức. Sự thật thì không phải thế nên sau một thời gian, Việt Cộng phải rút lui.

Cố Đô Huế bị Việt Cộng tấn công, chiếm đóng và tàn sát trước khi chúng tháo chạy sau 4 tuần. Người ta tìm thấy nhiều mồ chôn tập thể chung quanh Huế. Tổng số nạn nhân ước chừng 6,000 người, gần 10% dân số Huế, đa số là thường dân, phụ nữ và trẻ em. Hầu hết các gia đình ở Huế đều có người bị thương vong hoặc mất tích.

Trong cuộc "tổng nổi dậy" năm 1968 này, Cộng Sản đã phá hủy 50,000 căn nhà của dân, đem chết chóc đến cho 14,000 đồng bào đủ cả già trẻ gái trai và "vô sản hóa" 70,000 người đa số là dân lao động. Trên 70% những nơi bị tàn phá là nơi có trẻ em, thường dân vô tội.

TÌM HIỂU THÊM:

Remembering 1968: The Tet Offensive - CBS News
Mai Tú Ân - Lịch Sử & Văn Chương: Trận chiến Tết mậu Thân 1968 (mai-tu-an-vn.blogspot.com)
Tổng tiến công Tết Mậu Thân: Trận chiến giành quyền kiểm soát các đô thị của Việt Nam. – ẢNH HIẾM VIỆT NAM (wordpress.com)
Trận Tết Mậu Thân 1968: Khúc quanh trong cuộc chiến chống Cộng Sản - NW Vietnamese News (nvnorthwest.com)

Phát triển Từ Vựng – Vocabulary Development:

Find the Vietnamese vocabulary words in the passages above that have the same meanings as these words in English:

- Take advantage:
- Traditionally:
- Return:
- Home village:
- Reunite:
- Anscestor worship:
- Cease-fire
- Attack
- Unexpected:
- At the same time:
- Mistaken:
- Indoctrinated:
- Rise up:
- Exploited:
- Oppressed:
- Invade:
- Follow:
- The truth:
- Retreat:
- Old City:
- Capture:
- Destroy:
- Mass grave:
- Total:
- Victim
- Estimated:
- Civilian
- Almost
- Wounded or Dead:
- Missing:

Hiểu Ý Bài – Reading Comprehension:

Em đọc lại bài và trả lời các câu hỏi sau đây:

1. Tại sao Việt Cộng tấn công trong dịp Tết Nguyên Đán?
2. Bình thường trong dịp này người Việt làm gì?
3. Những lý do gì khiến Việt Cộng tấn công vào nhiều thành phố cùng một lúc?
4. Tại sao Việt Cộng nghĩ rằng người dân miền Nam sẽ nổi dậy và đi theo họ?
5. Việt Cộng bị tuyên truyền và "nhồi sọ" (brainwashed) về người dân miền Nam như thế nào?

Em nhìn kỹ những bức hình về cuộc thảm sát Tết Mậu Thân. Đa số những nạn nhân là ai? Em hỏi thân nhân xem họ còn nhớ những gì về biến cố đó. Nếu có thể, em tìm một người đã sống tại Huế trong thời gian đó để nói chuyện và học hỏi. Em ghi lại những gì học hỏi được. Em nên để ý và tôn trọng những cảm xúc của họ và ngưng câu hỏi khi cần.

Share the photos on the next pages that depict the horrors of the TET Offensive in 1968. Who were the victims? Ask your older family members if they recall the event. Find someone who lived through the event or had been at Hue during that time to talk to them. Ask them to share their experiences and record them. Pay attention to and respect their feelings. Know when to keep silent and stop as needed.

Citizens trying to identify plastic bag containing remains of loved ones recently found in mass grave - killed in Hue massacre (Feb. 1968 Vietnam, Tet Offensive).

Workers unearth mass grave containing victims of a Vietcong massacre of civilians performed during the Tet offensive in February, 1968.

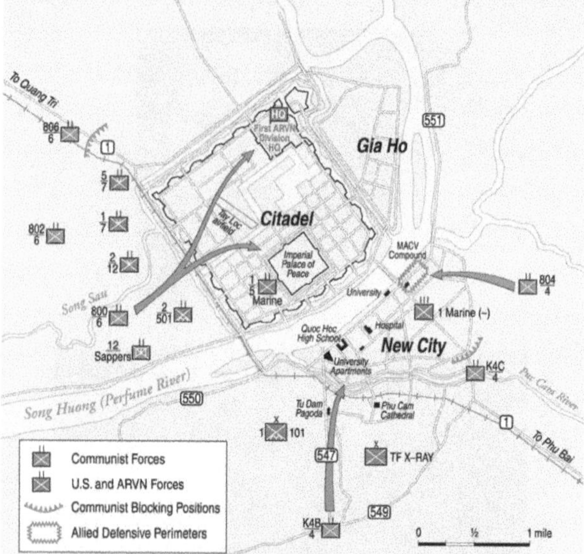

Massacre at Hue:

- After the battle, the Government of South Viet Nam's total estimated civilian casualties resulting from Battle of Hue 7,600:

- Wounded (hospitalized or outpatients) with injures attributable to warfare: 1900
- Estimated civilian deaths due to accident of battle: 844
- First finds-bodies discovered immediately post battle, 1968: 1,173
- Second finds, including Sand Dune finds, March-July, 1969 (est.): 809
- Third find, Da Mai Creek find (Nam Hoa district) September, 1969: 428
  Fourth Finds-Phu Thu Salt Flat find, November, 1969 (est.): 300
  Miscellaneous finds during 1969 (approximate): 200
- Total yet unaccounted for: 1,946

- Total casualty and wounded in Hue : 7,600

Giải khăn sô cho Huế
– Nhã Ca

Hồi ký (1969) 14 kì của Nhã Ca. In lần đầu tại Sài Gòn 1969, giải thưởng văn học nghệ thuật quốc gia 1970, nay đã tuyệt bản.

Nhã Ca (tên thật Trần Thị Thu Vân) sinh năm 1939 tại Huế, đến năm 1960 bà vào Sài Gòn và bắt đầu viết văn. Trong thời gian 1960 – 1975, 36 tác phẩm của bà được xuất bản gồm nhiều thể loại như thơ, bút ký và tiểu thuyết. Một số tác phẩm của bà lấy xứ Huế làm trọng điểm.

Cũng vì nội dung trong những tác phẩm của bà, sau năm 1975, Nhã Ca bị chính quyền giam hai năm vì tội "biệt kích văn hóa". Chính cuốn *Giải khăn sô cho Huế* bị liệt vào hạng tối ky, trưng bày trong "Nhà Triển Lãm Tội Ác Mỹ Ngụy" là chứng tích kết tội bà. Chồng bà, nhà văn Trần Dạ Từ, thì bị giam 12 năm. Do sự can thiệp của hội Văn Bút Quốc tế phối hợp với hội Ân xá Quốc tế và thủ tướng Thụy Điển Ingvar Carlsson, bà được sang Thụy Điển tị nạn. Năm 1992 bà cùng gia đình sang California định cư và lập hệ thống Việt Báo Daily News tại Quận Cam.
Giải khăn sô cho Huế đã được giáo sư Sử học, Tiến sĩ Olga Dror của Đại học Texas A&M University chuyển ngữ sang tiếng Anh, mang tên ***Mourning Headband for Hue***.

Tóm tắt một cách ngắn gọn về nội dung *Giải khăn sô cho Huế* (Mourning Headband for Hue), Tiến Sĩ Olga Dror viết:

"Việt Nam, Tháng Giêng, 1968. Trong khi cư dân Huế sửa soạn mừng Tết, khởi đầu của năm Âm lịch, Nhã Ca về thành phố để chịu tang thân phụ. Thình lình, chiến tranh bùng nổ, trùm lấp và đổi thay tất cả. Sau một tháng chiến trận, thành phố đẹp đẽ bị tàn phá và hàng ngàn người chết. 'Giải Khăn Sô Cho Huế' kể lại những chuyện đã xẩy ra trong cuộc Tổng công kích dữ dội của miền Bắc Việt Nam và đây là câu chuyện không màu mè về cuộc chiến, những kinh nghiệm từ các thường dân bị dìm trong bạo lực."

Giải khăn sô cho Huế - Nhã Ca | Thư viện Vinadia

The Mourning Headband for Hue is written by Nha Ca in 1969 about the Tet Mau Than attack by Viet Cong during the sacred time of the Lunar New Year. More than an eyewitness, Nha Ca lived through the most harrowing experiences along with all the people in Hue who were immobolized during the fightings. During the month-long trapped in a city under siege, they endured the horrors of witnessing loved ones and other being maimed and killed right in front of them, often right in their homes or familiar surrounding. They also witnessed people whom they thought they knew as friends, neighboors and everyday acquaintances became informants and accusers who drove thousands of their own people to their deaths. It took Nha Ca two years after the incident to be able to relive and recount her experience in this narrative.

The descriptive words portrayed raw feelings as well as vivid and gut-renching accounts of what people in Huế lived through. The book won the Vietnam National Literary Prize in 1970. When Saigon fell under communism in 1975, Nha Ca was accused of being a "cultural commando" based on her writing and was imprisoned for two years. Her book Giai Khan So cho Hue was listed as one of the most forbidden items and was on displayed at the "Exhibition of the Sins Committed by the Americans and their Allies." The book was translated into English in 2014 by Olga Dror and published by Indiana University Press.

Review

The author's narrative burns with firsthand accounts, her own and those of others who shared their stories, as they all were trapped in blasted houses, churches and makeshift shelters, wounded, starving, sick and overrun by the Communists and their squads of vengeful executioners...[A] searing first-person account of the misery of war visited upon her family, neighbors and countrymen, caught in senseless, chaotic horror...A visceral reminder of war's intimate slaughter.

— *Kirkus Reviews*

Nha Ca relates countless moments of terror she and her extended family members suffered and shares stories told to her by others who faced similarly dire circumstances. It's an intimate—and disturbing—account of war at its most brutal, told from the point of view of civilians trying to survive the maelstrom.

— *Publishers Weekly*

To this day, her harrowing account—of war casualties, searches and arrests, ideological purges—generates intense debates about accountability during war time.

— *Shelf Awareness*

CRITiCAL THINKING: What might be the reasons for the Communist leaders to imprison Nha Ca for having written this book? Why did the communist leaders forbid people to read it? What was it that they wanted to keep hidden?

5(b) Mùa Hè Đỏ Lửa 1972
"The Easter Offensive"

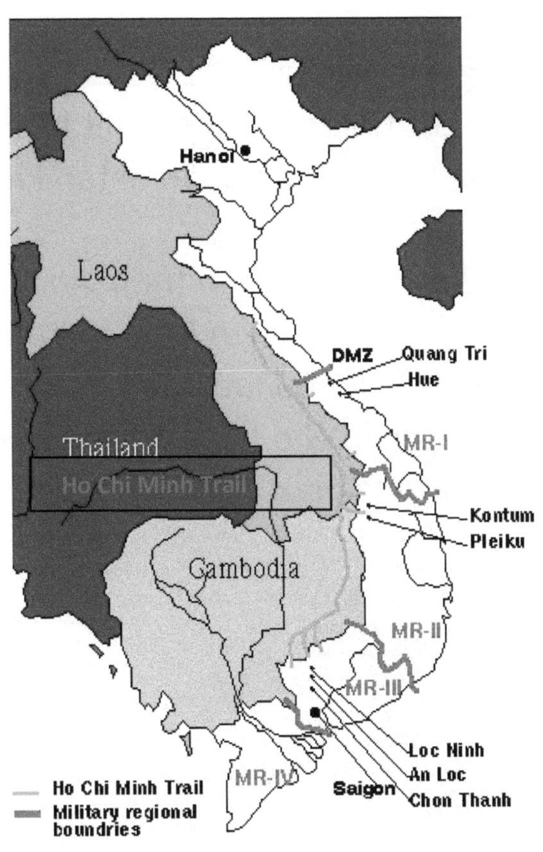

Từ tháng Ba đến tháng 10 năm 1972, Cộng Sản Bắc Việt tấn công vào miền Nam. Vì thời điểm bắt đầu cuộc chiến gần lễ Phục Sinh nên người Mỹ gọi cuộc tấn công này là Easter Offensive.

Đây là lần đầu tiên họ vượt vùng phi quân sự, ranh giới chia đôi Bắc-Nam (DMZ: Demilitarized Zone) tại sông Bến Hải, tấn công vào các tỉnh Đông Hà và Quảng Trị. Trước đó họ chỉ đem quân từ Bắc xuống Nam theo "Đường Mòn Hồ Chí Minh." Bộ Đội Bắc Việt cũng vượt biên giới Lào và Cam Bốt để tấn công vào các thành phố Kontum, Pleiku cùng với Bình Long và An Lộc.

Bộ Đội Bắc Việt cho rằng quân đội miền Nam Việt Nam bị yếu thế vì chính quyền Hoa Kỳ đang rút quân ra khỏi Việt Nam. Họ đem rất nhiều xe tăng, hỏa tiển, và các vũ khí hạng nặng của Liên Bang Sô Viết cung cấp, cùng với rất nhiều lực lượng bộ binh.

Việt Cộng chiếm cứ được cổ thành Quảng Trị và cuộc chiến kéo dài cho tới khi quân đội miền Nam phản công và lấy lại được Quảng Trị. Hàng chục ngàn quân nhân và thường dân chết trong trận chiến này, nhất là khi Việt Cộng dùng pháo binh nhắm vào đoàn người đang thoát chạy trên Quốc Lộ 1 từ Đông Hà, Quảng Trị vào Huế. Sau đó, con đường này có tên là **Đại Lộ Kinh Hoàng**.

Trong cuốn sách The Easter Offensive tác giả là Đại Tá Thủy Quân Lục Chiến Gerald H. Turley, cố vấn Thủy Quân Lục Chiến VNCH, thuật lại lời Thiếu Tá Mỹ tên Sheridan, một nhân chứng trong đoàn quân di tản khỏi thành phố Quảng Trị

> *"không ngờ tôi đã làm nhân chứng cho một hình ảnh thảm khốc của cuộc chiến VN. Các pháo thủ bộ đội Bắc Việt, với lý do mà tôi không thể nào giải thích nổi, tập trung các loại pháo nặng, thiết giáp để trực xạ vào đoàn người di tản, khiến cho hàng ngàn người đã gục chết oan khiên, trong đó phần lớn là người già yếu, đàn bà và trẻ nít ..."*

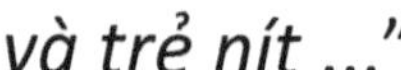

Đại Lộ Kinh Hoàng

People Flee on Foot, Bike and Truck
Quang Tri, South Vietnam-People move out any way they can as they leave the area of Quang Tri City April 3rd. Quang Tri residents fled in the face of a major North Vietnamese offensive in the area.

Out of the War. Quang Tri, South Vietnam: South Vietnamese soldier carries young victim of war after a truck in which the youngster was riding struck a mine four mile south of Quang Tri recently.

Horror Highway, Quang Tri 1972 D.T.Vu's collection

vnafmamn.com HIGHWAY OF HORROR (Quang Tri 1972) D.T.Vu's Collection

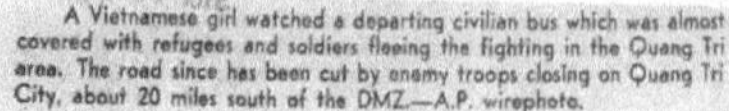

A Vietnamese girl watched a departing civilian bus which was almost covered with refugees and soldiers fleeing the fighting in the Quang Tri area. The road since has been cut by enemy troops closing on Quang Tri City, about 20 miles south of the DMZ.—A.P. wirephoto.

or Highway, Quang Tri 1972 D.T.Vu's collection

(NY11-June 19)--NEW BRIDGE AT NORTHERN FRONT--South Vietnamese engineers move a pontoon bridge into position across the My Chanh river recently, the South Vietnamese government's northernmost line of defense since the fall of Quang Tri to the North Vietnamese last month. Field reports indicate the South Vietnamese might try to push the defense line to the north and secure a springboard for penetration deeper into Quang Tri province.(AP Wirephoto)(See AP AAA Wire Story)(guh20916stf/phuoc)1972

Phát triển Từ Vựng – Vocabulary Development:

Match these words with the Vietnamese words in the passage above:

- Attack:
- Last:
- Central:
- Western:
- Armed Forces:
- Weakened:
- Government:
- Pull out:
- Begin:
- Bring:
- Tanks:
- Missiles:
- Weapons:
- Supplied:
- Ground troops:
- Border:
- Cross:
- Divide:
- River:
- Cities:
- Border:
- Capture:
- Battle:
- Continue:
- Counter-attack:
- Take back:
- Flee/Escape:
- Artillery:
- Target:
- National Highway:
- Avenue:
- Terror:
- Colonel:
- Marine:
- Ten-thousands:
- Witness:
- Evacuate:
- Unexpectedly:
- Image:
- Atrocious:
- Reasons:
- Concentrate:
- Aim:
- Causing:
- Unjustly:

Hiểu Ý Bài – Reading Comprehension:

Reflect on the reading passages you read and respond to the following questions on the next pages.

1. What were the primary reasons for the North Vietnam Communist's decision to attack South Vietnam at this time?
2. What do you think might be some reasons for the Communist to bring so much military power including large number of troops as well as lots of tanks and missiles to this battle?
3. Why did they attack many cities at the same time? What did they hope to achieve?
4. What do you think of the fact that the Communist force aimed their missiles on the people who were fleeing from war zones on Highway 1? How much do you think they valued human lives?
5. Why were people willing to risk their lives and abandon their homes to flee from communism? What does this tell us about the form of government that people desired?

Nối Kết Bản Thân - Personal Connection:

A. Look at the photos on previous pages. Imagine you and your family among those fleeing for your lives. Describe your thoughts and feelings.

B. Do some research including looking up online or talking to the adults you know to identify 2-3 reasons why the U.S. were pulling out of Vietnam at this time. Share what you learn with the adults in your family or school and record your reflection on the next pages.

C. Talk to the adults in your families and relatives to find someone who had lived through that time period. Find out what they remember. Share what you learn in the next pages.

Em bé gái trên Đại Lộ Kinh Hoàng của Mùa Hè Đỏ Lửa 1972

Em bé ngày xưa, nay là Trung Tá Kimberly M. Mitchell

Feb 18, 2014

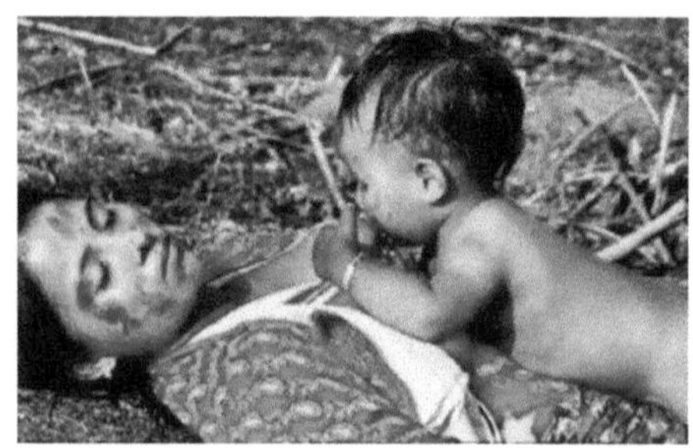

Vào mùa hè đỏ lửa năm 1972, một em bé 4 tháng tuổi nằm trên xác mẹ trên Đại Lộ Kinh Hoàng; em đang trườn người trên bụng mẹ tìm vú để bú nhưng mẹ đã chết từ bao giờ. Một người lính Quân Cụ chạy ngang, bồng em bé bỏ vào chiếc nón lá rồi chạy qua cầu Mỹ Chánh, trao lại cho một Thiếu úy Thủy Quân Lục Chiến đang hành quân.

Bao năm trôi qua, em bé mồ côi mẹ nay trở thành Trung Tá trong Quân Lực Hoa Kỳ còn người Thiếu úy TQLC sang Hoa Kỳ theo diện HO nay đang định cư tại tiểu bang New Mexico. Hai người vừa gặp nhau sau 41 năm bặt vô âm tín. Ngày Thứ Ba 2 tháng 4, 2013 vừa qua, nhân dịp sang California dự lễ cưới, người Thiếu Úy TQLC này đã kể cho phóng viên Viễn Đông câu chuyện cảm động và ly kỳ ngay tại khách sạn nơi ông đang tạm cư ngụ.

TRÊN ĐẠI LỘ KINH HOÀNG

Người Thiếu Úy TQLC tên là Trần Khắc Báo. Vào thời điểm 1972 ông còn độc thân và phục vụ tại Đại Đội Vận Tải Sư Đoàn Thủy Quân Lục Chiến, được biệt phái sang Phòng 4 của Sư Đoàn làm sĩ quan phụ trách chuyển vận. Vào sáng 1 tháng 5 năm 1972, Thiếu Úy Báo được lệnh cấp trên, cùng một số đồng đội mở cuộc hành quân để giúp di chuyển Tiểu Đoàn 7 TQLC ra khỏi vùng vừa bị thất thủ thuộc tỉnh Quảng Trị vì một số đông quân nhân bị thất lạc không tìm thấy vị chỉ huy của họ. Ngoài ra, ông cũng xin lệnh giúp di tản các Quân, Dân, Cán, Chính khác đang tìm đường chạy về phía nam sông Mỹ Chánh là nơi quân đội VNCH còn đang trấn giữ; ông được cấp trên chấp thuận.

Khi đơn vị ông đến cầu Mỹ Chánh (Quảng Trị) thì nơi đây là phòng tuyến cuối cùng của VNCH để ngăn chặn quân Bắc Việt tràn xuống phía Nam. Ông đã chỉ huy 20 quân xa GMC thực hiện cấp tốc cuộc di tản suốt ngày. Đến khoảng 4 hay 5 giờ chiều ông Trần Khắc Báo nhìn thấy thấp thoáng bên kia cầu còn một người đang ôm chiếc nón lá thất thểu đi qua với dáng điệu hết sức mỏi mệt. Ông định chạy qua giúp người này nhưng vị Thiếu Tá Tiểu Đoàn Trưởng Tiểu Đoàn 5 TQLC đang trách nhiệm trấn giữ tại đó la lớn:

> *"Cây cầu tao đã gài mìn, có thể nổ và sẵn sàng phá hủy khi thấy chiến xa Việt Cộng xuất hiện, đừng chạy qua, mày sẽ bị bỏ lại bên đó không về lại được đâu nghe!"*

Ông cố nài nỉ: *"Đại Bàng chờ em một chút, cho em cứu người cuối cùng này."*

Và ông chạy đến đưa người này qua cầu. Thấy người này đi không nổi, thất tha thất thểu mà tay còn cố ôm vòng chiếc nón lá, Thiếu Úy Báo nói đùa:

"Đi không nổi mà còn mang theo vàng bạc châu báu gì nữa đây cha nội?"

Người ôm vòng chiếc nón lá nói:

"Em là lính Quân Cụ thuộc Tiểu Khu Quảng Trị, trên đường chạy về đây em thấy cảnh tượng hết sức thương tâm này, mẹ nó đã chết từ bao giờ không biết và nó đang trườn mình trên bụng mẹ nó tìm vú để bú, em cầm lòng không được nên bế nó bỏ vào chiếc nón lá mang đến đây trao cho Thiếu Úy, xin ông ráng cứu nó vì em kiệt sức rồi, không thể đi xa được nữa và cũng không có cách gì giúp em bé này."

Nói xong anh ta trao chiếc nón lá có em bé cho thiếu úy Báo.
Ngừng một chút, ông Báo nói với chúng tôi:

"Mình là người lính VNCH, mình đã được huấn luyện và thuộc nằm lòng tinh thần 'Tổ Quốc – Danh Dự – Trách Nhiệm' nên lúc đó tôi nghĩ trách nhiệm của mình là lo cho dân nên tôi nhận đứa bé và nói với người lính Quân Cụ: 'Thôi được rồi, để tôi lo cho nó, còn anh, anh cũng lo cho sức khỏe của anh, lên GMC đi để chúng tôi đưa anh về vùng an toàn.'"

Sau đó, người sĩ quan TQLC ôm em bé leo lên chiếc xe Jeep chạy về Phong Điền, cách đó khoảng 20 cây số. Trên đường đi, ông Báo cảm thấy rất bối rối vì em bé khóc không thành tiếng vì đói, khát mà ông thì còn là một thanh niên trẻ (lúc đó mới 24 tuổi) chưa có kinh nghiệm gì nên ông hỏi người tài xế, bây giờ phải làm sao? Người tài xế tên Tài trả lời:

"Ông thầy cho nó bú đi! Ông thầy không có sữa thì lấy bi đông nước chấm đầu ngón tay vào nước để vào miệng nó cho nó bú."

Ông Báo làm theo lời chỉ và em bé nín khóc rồi nằm im cho đến khi ông đưa em vào Phòng Xã Hội của Lữ Đoàn TQLC. Tại đây, gặp Thiếu tá Nhiều, Trưởng Phòng 4 TQLC, ông trao em bé cho Thiếu tá Nhiều và nói:

"Thiếu tá, tôi có lượm một em bé ngoài mặt trận, xin giao cho Thiếu tá."
Ông này nhìn ông Báo cười và nói: *"Mày đi đánh giặc mà còn con rơi con rớt tùm lum!"*

Ông Báo thanh minh:

"Không! Tôi lượm nó ngoài mặt trận; nó đang nằm trên xác mẹ nó."

Thiếu tá Nhiều bảo:

"Thôi, đem em bé giao cho Phòng Xã Hội để họ làm thủ tục lo cho nó."

Sau đó, ông Báo đưa em bé cho một nữ quân nhân phụ trách xã hội. Cô này nói với ông:

"Thiếu úy giao thì Thiếu úy phải có trách nhiệm, vì em bé này ở ngoài mặt trận thì Thiếu úy phải cho nó cái tên và tên họ Thiếu úy nữa để sau này nó biết cội nguồn của nó mà tìm."

Lúc đó, ông còn độc thân nhưng trong thâm tâm ông vốn nghĩ rằng sau này khi ông cưới vợ, nếu có con gái ông sẽ đặt tên là Bích, nếu con trai ông sẽ đặt tên là Bảo, nên sau khi nghe người nữ quân nhân nói, ông Báo đặt ngay cho em bé cái tên là Trần Thị Ngọc Bích.

Sau đó ông trở về đơn vị và cuộc chiến ngày càng trở nên khốc liệt cho tới tháng 3/1975, đơn vị ông bị thất thủ cùng Lữ Đoàn 2 TQLC ở Huế và ông Báo bị bắt làm tù binh. Mãi đến năm 1981 ông được thả về. Tháng 9/1994 ông được sang định cư tại thành phố Albuqueque, tiểu bang New Mexico...

EM BÉ MỒ CÔI GẶP MAY MẮN

Em bé Trần Thị Ngọc Bích được Phòng Xã Hội Sư Đoàn TQLC đem đến Cô Nhi Viện Thánh Tâm Đà Nẵng giao cho các Dì Phước chăm sóc. Số hồ sơ của em là 899.

Một hôm có ông Trung Sĩ Hoa Kỳ thuộc binh chủng Không Quân phục vụ tại phi trường Đà Nẵng tên là James Mitchell vô Cô Nhi Viện xin nhận một trong các em tại đây làm con nuôi. Em Trần Thị Ngọc Bích may mắn lọt vào mắt xanh của ông James Mitchell và trở thành thành viên của gia đình này từ đó đến nay.

Sau khi rời khỏi binh chủng Không Quân, ông James Mitchell trở về Hoa Kỳ vào cuối năm 1972. Ông quyết định mang theo đứa con nuôi Trần Thị Ngọc Bích, lúc đó em mới được 6 tháng. Hai ông bà Mitchell đặt tên Mỹ cho em là Kimberly Mitchell. Em ở tại trang trại của gia đình tại Solon Springs, tiểu bang Wisconsin. Kimberly Mitchell lớn lên tại đây và được bố mẹ nuôi rất thương yêu, coi như con ruột. Em được đi học, tham gia thể thao và vào hội thanh niên.

Lớn lên em vừa đi học vừa phụ giúp cha mẹ nuôi bò và làm phó mát. Cái tên Trần Thị Ngọc Bích đã bị quên lãng từ đó, và Kimberly Mitchell cho biết, mỗi khi nghe ai nói gì về Việt Nam, cô thường tự hỏi, Việt Nam là đâu nhỉ?

Khi đã có trí khôn, Kimberly Mitchell nhận thấy mình không phải người Mỹ như bố mẹ, không phải con lai, không phải người Tàu. Cô không biết mình là người nước nào và cứ mang cái thắc mắc đó mãi mà không ai có thể trả lời cho cô.

Một hôm, Kimberly Mitchell đánh bạo hỏi bố:

"Con muốn biết con người gì, nguồn gốc con ở đâu? Tại sao con lại là con bố mẹ?"

Bố nuôi James giải thích cho cô:

"Con là người Việt Nam, bố mẹ xin con từ trong viện mồ côi ở Đà Nẵng, Việt Nam. Nếu con muốn tìm nguồn cội của con, con có thể về Đà Nẵng, may ra tìm được tông tích của gia đình con."

Ngay từ khi Kimberly còn học lớp ba, bố nuôi em đã muốn sau này cho Kimberly gia nhập Không Quân nhân khi cô được chọn tham dự hội thảo về nghệ thuật lãnh đạo dành cho những học sinh xuất sắc. Nhưng rồi định mệnh xui khiến, cô lại theo Hải Quân.

Trong thời gian theo học, Kimberly Mitchell phải bỏ học một năm vì bố nuôi qua đời năm 1991 trong một tai nạn tại trang trại của gia đình. Sau đó cô trở lại trường và tiếp tục học. Năm 1996 cô tốt nghiệp Cơ Khí Hàng Hải và phục vụ trong Hải Quân Hoa Kỳ và hiện nay mang cấp bậc Trung Tá, Phó Giám Đốc Văn Phòng Trợ Giúp Quân Nhân và Thân Nhân tại Ngũ Giác Đài.

Năm 2011, Kimberly Mitchell trở về cố hương với tư cách một nữ Trung Tá Hải Quân, Quân Lực Hoa Kỳ, mong gặp lại người thân. Đến Viện Nuôi Trẻ Mồ Côi Thánh Tâm ở Đà Nẵng, cô may mắn gặp được Sơ Mary, người tiếp nhận cô năm

1972 từ một nữ quân nhân Phòng Xã Hội Sư Đoàn TQLC. Giây phút thật cảm động, nhưng Kimberly chỉ được Sơ Mary cho biết:

> *"Lúc người ta mang con tới đây, con mới có 4 tháng và họ đặt tên con là Trần Thị Ngọc Bích. Họ nói mẹ con đã chết trên Đại Lộ Kinh Hoàng, con được một người lính VNCH cứu đem đến đây giao cho Cô Nhi Viện rồi đi mất, vì lúc đó chiến tranh tàn khốc lắm."*

Kimberly không biết gì hơn và cô quay trở lại Mỹ. Sau khi đã biết mình là người Việt Nam, thỉnh thoảng cô viết trên website câu chuyện của mình.

GẶP LẠI CỐ NHÂN

Ông Trần Khắc Báo đưa cho chúng tôi xem một số hình ảnh, một số báo tiếng Việt và mấy tờ báo tiếng Anh đăng hình cuộc gặp gỡ giữa gia đình ông và cô Trần Thị Ngọc Bích, và nói:

> *"Sau khi ra tù Việt Cộng, tôi cũng cố tìm hiểu xem em bé Trần Thị Ngọc Bích nay ra sao, kể cả người lính Quân Cụ năm xưa, nhưng tất cả đều bặt vô âm tín. Một hôm tình cờ tôi đọc được một bài viết của tác giả Trúc Giang trên tờ Việt Báo Hải Ngoại số 66 phát hành tại New Jersey, tác giả kể lại câu chuyện đi Mỹ của một em bé trong cô nhi viện Đà Nẵng mang tên Trần Thị Ngọc Bích. Đọc xong tôi rất xúc động pha lẫn vui mừng, vì có thể 80, 90% cô Ngọc Bích đó là do mình cứu và đặt tên cho cô."*

Sau đó, ông nhờ người bạn tên là Đào Thị Lệ làm việc trong New York Life, có chồng người Mỹ và có em cũng ở trong Hải Quân Hoa Kỳ, liên lạc tìm kiếm Mitchell. Và chính cô Đào Thị Lệ là người đầu tiên trực tiếp nói chuyện với Trần Thị Ngọc Bích đang làm việc tại Ngũ Giác Đài. Theo ông nghĩ, có thể cô Mitchell bán tín bán nghi, không biết chuyện này có đúng không hay là chuyện "thấy người sang bắt quàng làm họ" như ông cha mình thường nói. Nhưng sau khi nói chuyện với ông Trần Khắc Báo, Mitchell quyết định tổ chức một cuộc hội ngộ trước các cơ quan truyền thông. Cô xin phép đơn vị và mời được 7 đài truyền hình cùng một số phóng viên báo chí từ Washington, D.C cũng như nhiều nơi về tham dự.

Cuộc hội ngộ, theo ông Báo cho biết, hoàn toàn do cô Kimberly Mitchell quyết định, địa điểm là trụ sở Hội Cộng Đồng Người Việt Quốc Gia New Mexico vào Thứ Sáu, ngày 29.8.2012. Cô đến phi trường vào tối Thứ Năm 28.8, gia đình ông Báo ngỏ ý ra phi trường đón nhưng cô cho cô Đào Thị Lệ biết là cô không muốn gia đình đón ở phi trường cũng như đưa vào khách sạn. Cô muốn dành giây phút thật cảm động và ý nghĩa này trước mặt mọi người, đặc biệt là trước mặt các cơ quan truyền thông, và cô muốn ông Báo mặc bộ quân phục TQLC như khi ông tiếp nhận cô đưa đến Phòng Xã Hội Sư Đoàn TQLC cách nay 41 năm.

(Ông Trần Khắc Báo và Kimberly Mitchell)

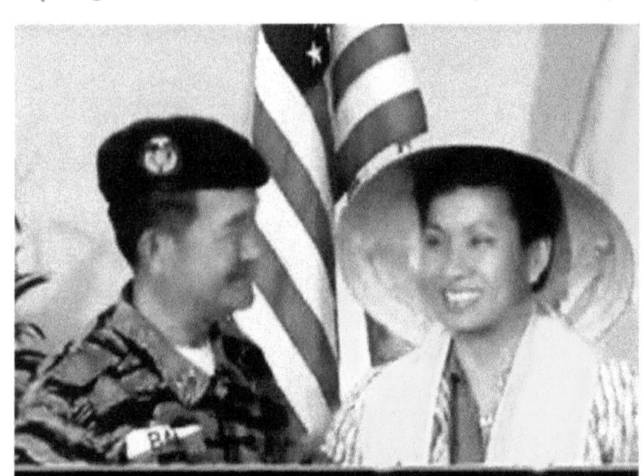

GIÂY PHÚT XÚC ĐỘNG

Gia đình ông Trần Khắc Báo gồm vợ và con gái cùng có mặt. Khi ông Chủ Tịch Cộng Đồng Người Việt Quốc Gia hỏi cô Kimberly Mitchell:

"Cô đến đây tìm ai?"

Cô trả lời:
"Tôi muốn tìm ông Trần Khắc Báo."
Vị Chủ Tịch quay sang ông Báo đang mặc quân phục và giới thiệu:
"Đây là ông Trần Khắc Báo."

Lập tức, Kimberly Mitchell Trần Thị Ngọc Bích tiến lại ôm lấy ông Báo và cả hai cùng khóc nức nở.
Giây phút xúc động qua đi, cô Kimberly hỏi ông Trần Ngọc Báo:

"Ông là người đã cứu mạng tôi, tôi mới có ngày hôm nay; tôi xin cám ơn ông, và bây giờ ông muốn gì ở tôi?"

Ông Trần Khắc Báo nói :

"Thực sự bây giờ tôi chỉ muốn cô nói với tôi một lời bằng tiếng Việt, cô hãy kêu tôi là "Tía". Vì tất cả các con tôi đều gọi tôi bằng Tía, tôi xem cô cũng như con tôi, tôi chỉ mong điều đó."

Và Kimberly Mitchell đã gọi ***"Tía".***

Ông nói với chúng tôi:

"Bấy giờ tôi thực sự mãn nguyện."

Trả lời các câu hỏi của chúng tôi, ông Trần Khắc Báo cho biết, cô Kimberly chưa lập gia đình và cô có hứa sẽ thường xuyên liên lạc với gia đình ông. Ông có nhắc cô Kimberly điều này, rằng cô không phải là đứa trẻ bị bỏ rơi. Cô đã được những người lính VNCH có tinh thần trách nhiệm cứu sống trên bụng mẹ cô đã chết, và chính ông đã đặt tên cho cô là Trần Thị Ngọc Bích. Ông cũng mong rằng sau này, cô có thể trở lại Quảng Trị, may ra có thể tìm ra tung tích cha cô hoặc người thân của mình. Ông Trần Khắc Báo cũng cho biết, ông mất liên lạc với người lính Quân Cụ từ lúc hai người giao nhận đứa bé đến nay.

Trong cuộc hội ngộ, trả lời câu hỏi của các phóng viên Hoa Kỳ, nữ Trung Tá Kimberly Mitchell cho biết, cô có hai cái may. Cái may thứ nhất là cô được tìm thấy và mang tới trại mồ côi. Cái may thứ hai là được ông bà James Mitchell bước vào trại mồ côi và nói với các Sơ rằng, ông muốn nhận em bé này làm con nuôi."

Câu chuyện sau 41 năm kết thúc tốt đẹp, cô Trần Thị Ngọc Bích đúng là viên ngọc quý trên Đại Lộ Kinh Hoàng như ý nguyện của người đã cứu mạng em, vì chính cô đã làm vẻ vang cho dân tộc Việt khi cố gắng học hành để trở nên người lãnh đạo xuất sắc trong Quân Lực Hoa Kỳ, một quân lực hùng mạnh vào bậc nhất thế giới.

Người quân nhân binh chủng Quân Cụ và người sĩ quan TQLC Trần Khắc Báo đã thể hiện tinh thần của một quân nhân Quân Lực VNCH, luôn đặt Tổ Quốc – Danh Dự và Trách Nhiệm trên hết.

THANH PHONG

Nguồn: THỜI BÁO (The Vietnamese Newspaper)

Em bé gái trên Đại Lộ Kinh Hoàng của Mùa Hè Đỏ Lửa 1972 | (wordpress.com)

Suy Nghĩ về Câu Truyện - Story Reflection

Em hãy đọc hết ba câu truyện về Cô Trần thị Ngọc Bích – Kimberly Mitchell bằng tiếng Việt và Anh và ghi xuống những điều sau đây:

Bối cảnh: Câu truyện này xảy ra lúc nào, ở đâu và trong hoàn cảnh nào? Có những điều gì đặc biệt về bối cảnh này?

Nhân vật: Trong câu truyện này có hai nhân vật chính: Ông Trần Khắc Báo và Kimberly Mitchell. Em đọc kỹ các bài viết để tìm những chi tiết có thể diễn tả về từng nhân vật. Em có thể xem các từ ngữ trên các trang sau.

- Các cá tính và nhân cách của họ dựa trên hành động, các xúc cảm, sự suy nghĩ, các quyết định họ đã làm trong cuộc đời họ, những thành đạt và cuộc sống hiện tại của họ.

Bài Học: Câu truyện của cô Trần thị Ngọc Bích – Kimberly Mitchell có những ý tưởng và bài học rất hay. Em ghi xuống 3 ý tưởng/bài học mà em thấy hay nhất và giải thích tại sao em chọn nó.

Read all three stories about Mr. Trần Khắc Báo and Kimberly Mitchell and respond to the following writing prompts:

Setting: When did this story take place? Where did it begin, enfold, and end? What are the most special or unique aspects of this setting?

Characters: There are two main characters in all three stories: Mr. Trần Khắc Báo và Kimberly Mitchell. Review the details in the stories to describe their characters. You may look up the words from the vocabulary lists on the next pages.

- What are their characteristics or personalities based on their behaviors, feelings, thoughts, the decisions they made, their accomplishments, and their current lives?

Lessons or Reflections: The story of Mr. Trần Khắc Báo and Ms. Kimberly Mitchell presents intriguing and thoughtful ideas and lessons. What are your three key thoughts or lessons? Explain your reasons for selecting them?

LOTUS VENDOR, Oil on Canvas by Nguyễn Sơn, 2018

Tính Cách Con Người

1. aggressive: hung hăng; xông xáo
2. ambitious: có nhiều tham vọng
3. cautious: thận trọng, cẩn thận
4. careful: cẩn thận
5. cheerful/amusing: vui vẻ
6. clever: khéo léo
7. tacful: khéo xử, lịch thiệp
8. competitive: cạnh tranh, đua tranh
9. confident: tự tin
10. creative: sáng tạo
11. dependable: đáng tin cậy
12. dumb: không có tiếng nói
13. enthusiastic: hăng hái, nhiệt tình
14. easy-going: dễ tính
15. extroverted: hướng ngoại
16. faithful: chung thuỷ
17. introverted: hướng nội
18. generous: rộng lượng
19. gentle: nhẹ nhàng
20. humorous: hài hước
21. honest: trung thực
22. imaginative: giàu trí tưởng tượng
23. intelligent, smart: thông minh
24. kind: tử tế
25. loyal: trung thành
26. observant: tinh ý
27. optimistic: lạc quan
28. patient: kiên nhẫn
29. pessimistic: bi quan
30. polite: lịch sự
31. outgoing: thích giao du
32. sociable, friendly: thân thiện
33. open-minded: khoáng đạt
34. quiet: ít nói
35. rational: có lý trí, có chừng mực
36. reckless: hấp tấp
37. sincere: thành thật, chân thật
38. stubborn: bướng bỉnh
39. talkative: lắm mồm
40. understanding: hiểu biết
41. wise: thông thái, uyên bác
42. lazy: lười biếng
43. hot-temper: nóng tính
44. bad-temper: khó chơi
45. selfish: ích kỷ
46. mean: keo kiệt
47. cold: lạnh lùng
48. silly, stupid: ngu ngốc, ngốc nghếch
49. crazy: điên cuồng (mang tính tích cực)
50. mad: điên, khùng
52. unkind: xấu bụng, không tốt
53. unpleasant: khó chịu
54. cruel: độc ác

54 từ vựng về tính cách con người (langmaster.edu.vn)

Seductress
Wise
Rebel
Sexy
Wise
Desirable
Mother
Trustworthy
Rebellious
Hero
Caring
Hasty
Brave
Generous
Dishonest
Adventurous
Joker
Fun
Arrogant
Innocent
Playful
Uncaring
Kind
Maiden
Straightforward
Assertive
Friend
Friendly
Different
In control
Creative
Idealistic
King
Dreamer

TÍNH CÁCH

- confident/ self-assured/ self-reliant: tự tin
- determined: quyết đoán
- ambitious: tham vọng
- reliable: có thể tin tưởng
- calm: điềm tĩnh
- brainy: thông minh
- witty: dí dỏm
- sensible: đa cảm
- adventurous: mạo hiểm, phiêu lưu
- committed: cam kết cao
- self-effacing, modest: khiêm tốn
- honest: chân thật
- polite: lịch sự
- friendly: thân thiện
- jolly: vui vẻ
- amusing: vui
- humorous: hài hước
- have a sense of humor: có óc hài hước
- cheerful: vui vẻ
- easy going: dễ tính
- out-going: thích ra ngoài
- sociable: hòa đồng
- carefree: vô tư
- tolerant: dễ thứ tha
- gentle: hiền lành
- generous: hào phóng, phóng khoáng
- helpful:có ích
- handy: tháo vát
- good mannered/ tempered: tâm tính tốt
- imaginative: trí tưởng tượng phong phú
- thoughtful: chu đáo
- moody: hay có tâm trạng
- affectionate: trìu mến
- hot-tempered: nóng tính
- cruel: độc ác
- impatient: thiếu kiên nhẫn
- nervous: căng thẳng
- shy: bẽn lẽn, thẹn thùng
- talkative: nói nhiều
- silly: ngu ngốc
- unintelligent: không được thông minh
- suspicious: hay nghi nghờ
- insensitive: vô tâm
- arrogant: kiêu căng
- unsociable: không hòa đồng
- irritable: dễ cáu kỉnh
- selfish/mean: ích kỷ, keo kiệt
- serious: nghiêm túc
- strict: nghiêm khắc

Toàn bộ từ vựng miêu tả con người (oxford.edu.vn)

Soldier's selfless act leads to reunion 40 years in the making

APRIL 14, 2013 / 12:16 AM / CBS NEWS

(CBS News) WASHINGTON -- Kimberly Mitchell's life story has always been missing a few important pages. Before her current job as president of a nonprofit helping veterans, before she was a Navy Lieutenant Commander, before Annapolis, before Wisconsin, before American even -- who was she?

Kim MitchellCBS NEWS

"If you're an adopted child, you always want to know -- did your mother, did your father want you?" Kim says.

The missing part of her story, if she could ever find it, would explain how she ended up at an orphanage in Vietnam. It was 1972, war was raging, orphans were everywhere and none of them came with bios.

Her only clue was her papers at the time. The name they had for her was Tran Thi Ngoc Bich. Ngoc Bich means "precious pearl." It's an unusual name, which for Kim deepened the mystery even more.

In May of last year, Kim's story about her search for her roots appeared in a Vietnamese-language magazine published here in the states. It's an obscure publication with a small circulation, but at least one man read the article and hung on every word.

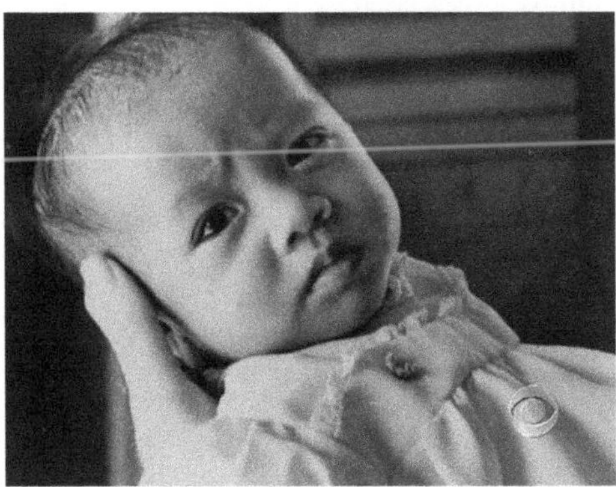

Kim was brought to an orphanage in Vietnam in 1972.

"In the article, it said that she was abandoned at the orphanage," says Bao Tran. "But I wanted her to know she was not abandoned."

Bao Tran fought on the side of the South Vietnamese, alongside the Americans. He moved to New Mexico after the war as part of a resettlement program and has been carrying Kim's story with him ever since.

As Bao tells it, the city of Quang Tri had just fallen to the North Vietnamese, and refugees were streaming out of the city. It was his job to blow up a bridge outside of town to slow the enemy's advance, and his company was about to do just that when one last survivor stumbled onto the bridge -- two survivors, actually.

"I saw a man carrying a hat with a baby inside," Bao says. "I ran to him, and he described this tragic scene he found on the side of the road -- of this baby trying to nurse on her dead mother. I took the child from him."

It's important to remember that at that moment, saving one baby was the least of his army's concerns. But Bao took it upon himself to see this child to safety. He also named her: Precious Pearl.

Kim and Bao reunited last month. He told her how big she'd gotten, and she told him two words 40 years in the making.

Kim and Bao reunited last month.CBS NEWS

"I get to say 'thank you' to a man who took time to save a baby," Kim said.

Thanks to Bao Tran, Kim Mitchell's life story now has its beginning, its hero and its moral.

"You never know what one act of kindness will do -- one act of kindness," she says.

Soldier's selfless act leads to reunion 40 years in the making - CBS News

IN HER WORDS

BY KIMBERLY MITCHELL 11.11.2013

"And don't be afraid to look back and celebrate where you came from. My past, as it turns out, is now a huge part of my present."

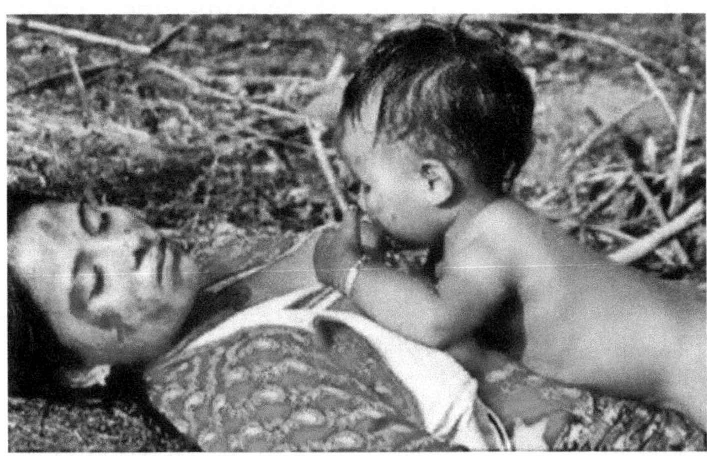

I am almost 42 years old, but until one year ago, I barely knew anything about my background.

My adoptive father, Tsgt James Mitchell, U.S. Air Force, was stationed in DaNang, South Vietnam at the U.S. Air Base from 1971 to 1972. Assigned to the chapel as a chaplain's assistant, he would frequently visit the orphanage to bring supplies, gifts, and clothes to the nuns.

As the nuns told him stories about the crying infants before him, one stood out. That was me.

He was told that I had been abandoned on the streets of DaNang, found in a gutter, and that a random person brought me to the orphanage where the nuns gave me the name of Tran Thi Ngoc Bich.

To my dad, it was love at first sight.

In September of 1972, i became one of the lucky orphans to adopted and brought to the U.S. to meet my new mother, Lucy Mitchell. My name was legally changed to Kimberly Mitchell. Because my father was still serving on active duty in the Air Force, for the next few years, we were stationed at Cannon Air Force Base in Clovis, New Mexico and at Lackland Air Force Base in San Antonio, Texas. I was naturalized as a U.S. citizen in 1976, and in 1979, our family moved to Solon Springs, Wisconsin, where my father retired from the U.S. Air Force after 23 years of service.

I grew up as a small town, all-American girl, in my mother's hometown right across the street from my grandparents. My grade school class boasted all of 22 students.

Unlike many of my school friends, I started to seriously think about a college education during my sophomore year. My father naturally thought the U.S. Air Force Academy in Colorado Springs would be an excellent choice for his only daughter. Dad's goal was derailed when I was selected to attend the Hugh O'Brien Youth Leadership (HOBY) Seminar during my sophomore year. At the conference, I met a retired Navy admiral, who talked to me about my interest in attending a service academy, and specifically the Air Force Academy. Aghast that the Naval Academy was not on my radar screen, he mailed me package of pamphlets, brochures, and an academic catalog with a description of all the various majors offered.

This girl from a land-locked small town immediately fell in love with the sea.

After a year of college-level academics, I graduated from the prep school in May 1991 and was given a month off before I was scheduled to report to the Naval Academy in late June.

On June 13, 1991, while I was home in Solon Springs, my father, while working on our farm, was struck by lightning and killed instantly. It was a shock for our entire family. I had less than two weeks before I was due to report to the Naval Academy.

I did report, though, and weathered a great first two months, but realized that my mother and brother needed help at home. The Naval Academy leadership couldn't have been more supportive during this time and agreed to allow me to resign my commission to return home. My advisors helped ensure a quick transition and in September 1991 I found myself back in Solon Spring.

One year later, I returned to the Naval Academy with the class of 1996. My four years there were filled with academics, sports and courses and demonstrations on how to be a leader. In May 1996, I graduated with a degree in ocean engineering, and I was officially commissioned an Ensign in the U.S. Navy.

I chose the Surface Warfare Community to begin a career being an officer onboard Naval ships following graduation, and following basic Surface Warfare Officer training in Newport, RI, began various sea duty assignments in Norfolk, VA. The Navy issued me order to Washington, D.C., as part of the Washington Staff Navy Intern Program in August 2000. As part of this program, I received my Master's in organizational management from George Washington University, and I was assigned three different internships with three different staff in the Washington, D.C. area.

Everyone remembers what they were doing when our country was attacked on September 11, 2001. I'm no different. I was in my second internship at the U.S. Department of State as the Iraq Sanctions Officer. I had friends at the Pentagon who died that day, and for me, that day reminded me of why I chose to serve, to help do my part in protecting our homeland, the land that I loved so much.

Following graduation from GWU, I completed my department head tours in Pearl Harbor, HI and in Bahrain. In 2006, I returned to the U.S. and was assigned to the Navy International Program Office to conduct foreign military sales on behalf of the U.S. Navy. I'd now travelled around the world, starting in Vietnam as a child and returning to Asia as an adult with the U.S. Navy.

For the last two years of my 17-year Naval career I was privileged to be assigned to the Office of the Chairman of the Joint Chiefs of Staff, as the Deputy Director of the Office of Warrior and Family Support. The mission of our office was to align the myriad support that existed within communities and to help them focus on the specific needs necessary for successful transition and reintegration for our service members, veterans, military families and families of the fallen.

In August 2012, I made one of the biggest decisions of my life.

I loved working with the communities and helping veterans reintegrate back into society. My boss, Col. David Sutherland, was resigning to found the Dixon Center for Military and Veterans Community Services, and he asked me to be his co-founder. This would be an entrepreneurial organization and an opportunity to make a difference in peoples' lives, building from the ground up. I chose to resign my commission from the U.S. Navy and strike out with Dave.

It's been just over one year and I don't regret my decision at all. Together with our partner, Easter Seals, Dixon Center has continued the mission we started at the Joint Chiefs Office to get communities to work together, consolidate their resources to make a bigger, more collective impact and provide effective resources focused on long-term, sustained, successful transition and re-integration for our veterans and military families.

And that would normally be how I'd end my story. But my story, like many of yours, took an unexpected twist. In October 2012, I received an email about a man living in Albuquerque, New Mexico who claimed to be the person who brought me as a crying infant to the Sacred Heart Orphanage in Vietnam. A few months prior, I had been featured in a magazine written in Vietnamese and distributed throughout the U.S. Vietnamese community. This man claimed to have read my story and recognized my name. I didn't believe a word. It had to be a scam.

But many phone calls and correspondence later, my attitude changed. I came to believe him and decided to travel to Albuquerque to meet Bao Tran and his family. He told me that a Vietnamese evacuee found me alongside a road leading out of Quang Tri clinging to the body of my dead mother. This man came across Bao Tran's South Vietnamese Marine Company and gave him to Bao Tran. For reasons he has never explained — but for which I am so thankful — he took it upon himself to take this child and see her to safety at the Sacred Hearts Orphanage in DaNang.

On March 29, which also happened to be Good Friday of Easter Weekend, I met the man who played a huge but unknowing role in where I am today. I went into the meeting thinking that it would be neat to meet this kindly stranger.

But when I met him, it turned into so much more. This man, this stranger, had taken time to save the life of a child he didn't know. Because of his one act of kindness, I have been able to live successfully here in the U.S., serve my country, and now give back.

I later learned that March 29 happens to be Vietnam's Veterans Day — the anniversary of the end of the Vietnam War. Was it fate that decided we would meet on this day? I like to think so.

We all have our own unique stories. This is mine. I hope it inspires you to follow your dreams by working hard and setting goals. And don't be afraid to look back and celebrate where you came from.

My past, as it turns out, is now a huge part of my present.

My Story Starts As An Orphaned Baby Left to Die On the Side Of the Road in War-Torn Vietnam (mic.com)

VI. TỪ HIỆP ĐỊNH GENEVA ĐẾN HIỆP ĐỊNH BA LÊ 1954 → 1973

From The Geneva Accords To The Paris Accords

Hiệp Định Geneva được ký kết đồng ý để ngưng chiến. Người dân có quyền lựa chọn ở lại miền Bắc dưới chế độ Cộng Sản hoặc di cư vào miền Nam theo chế độ Tự Do Dân Chủ. Hơn 700,000 người từ Bắc di cư vào Nam trong dịp đó. Cũng có nhiều người vì lý do gia đình, kinh tế và không muốn rời bỏ quê cha đất tổ nên đã phải ở lại. Một số người theo Cộng Sản đang ở miền Nam lúc đó được gài ở lại với mưu đồ hoạt động cho chính quyền Hà Nội. Họ kết nạp những người miền Nam khác theo họ chống chính phủ Việt Nam Cộng Hoà.

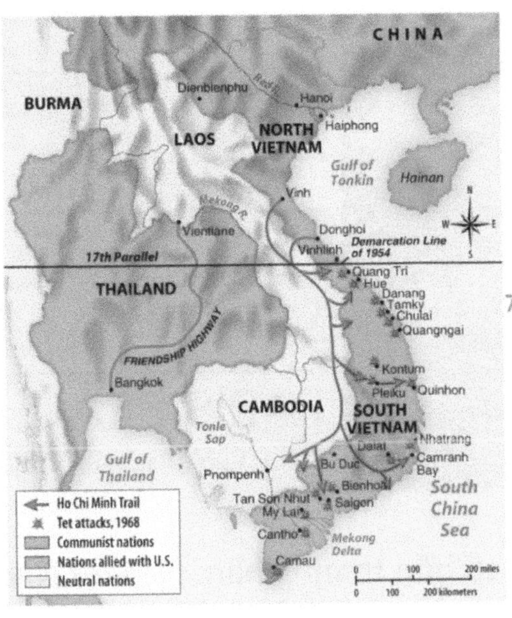

Những người ở miền Nam theo **Cộng Sản Bắc Việt** được gọi là **Việt Cộng** nhưng họ lập ra **Mặt Trận Giải Phóng Miền Nam** và hoạt động dưới danh nghĩa **Chính Phủ Cách Mạng Lâm Thời** và có lá cờ riêng.

Bắt đầu từ 1960, Bắc Việt đã vi phạm Hiệp Định Geneva, xâm nhập vào miền Nam theo "Đường Mòn Hồ Chí Minh." Họ đi từ Bắc Việt xuống Lào và Cam Bốt để cùng với Việt Cộng tấn công Việt Nam Cộng Hoà. Việt Cộng đánh nhau bắt đầu bằng du kích, khủng bố, phá hoại, và gây rối. Họ ám sát những ai lên tiếng chống họ, trong đó có rất nhiều các giáo viên, nhà văn, nhà báo, và công chức.

Mùa Hè Đỏ Lửa là lần đầu tiên quân đội Bắc Việt công khai vượt ranh giới xác định theo Hiệp Ước Geneva 1954. Họ đem rất nhiều bộ binh, dùng rất nhiều xe tăng hoả tiễn và các vũ khí hạng nặng để tấn công Việt Nam Cộng Hoà . Hoa Kỳ đã phải thả bom tại Bắc Việt trong nhiều ngày. Trận đánh này gây thương vong rất nhiều cho cả hai bên đưa đến sự tham gia ký Hiệp Định Ba Lê với mục đích ngưng chiến. Hiệp Định Ba Lê đưa ra những điều kiện cho hai bên như sau:

- **Đồng ý ngưng chiến trên toàn lãnh thổ Việt Nam**
- **Hoa Kỳ phải rút tất cả nhân viên quân sự ra khỏi Việt Nam**
- **Bắc Việt phải trả tự do cho các tù nhân chiến tranh của Hoa Kỳ và tất cả các nhóm khác**

Hội nghị đưa đến Hiệp Định Ba Lê có bốn thành phần: (1) **Việt Nam Cộng Hòa** (Chính quyền Saigon), (2) **Hoa Kỳ**, (3) **Cộng Sản Bắc Việt** (Chính quyền Hà Nội) và (4) **Việt Cộng (Chính Phủ Cách Mạng Lâm Thời-PRG** -Provisional Revolutionary Government). Việt Nam Cộng Hòa không muốn ký vì họ biết PRG thuộc Bắc Việt và họ không công

Vietnam Peace Agreement	
Signed	January 27, 1973
Location	Paris, France
Negotiators	Lê Đức Thọ Henry Kissinger
Signatories	See below
Parties	North Vietnam Provisional Revolutionary Government United States South Vietnam
Full text	
Paris Peace Accords at Wikisource	

nhận sự hợp pháp của nhóm này. Chính phủ Saigon cũng muốn Chính phủ Hà Nội rút hết quân lính của họ về lại Bắc Việt nhưng điều kiện này không được đưa vào Hiệp Định. Cuối cùng chỉ có Hoa Kỳ và Bắc Việt ký nhận Hiệp Định Ba Lê vào ngày 27 tháng Một năm 1973. Trong Hiệp Định có thêm những điều sau đây:

Leominster Enterprise

CITY RECEIVES NEWS QUIETLY, BUT WITH JOY

NIXON ANNOUNCES CEASE-FIRE

Breaks reported

- **Vùng phi-quân-sự (DMZ) theo vĩ tuyến thứ 17 vẫn được duy trì cho tới khi hai bên đi tới một giải pháp hoà bình để thống nhất Việt Nam**
- **Người Việt Nam ở miền Nam có quyền tự trị và quyết định chính thể nào họ muốn**
- **Không bên nào có quyền dùng võ lực để áp bức việc thống nhất**

Paris Peace Accords signed - HISTORY

Sources:

- Scigliano, R. G. (1960). Political Parties in South Vietnam Under the Republic. Pacific Affairs, 33(4), 327–346. https:// doi.org/10.2307/2753393Pike, D. (1970).
- The Viet-Cong Strategy of Terror. United States Mission, Viet-Nam. https://books.google.com.sg/ books?id=Hd3NAAAAMAAJ&source=gbs_ book_other_versions
- Stur, H. (2017, December 19). The Viet Cong Committed Atrocities, Too. The New York Times. https://www.nytimes. com/2017/12/19/opinion/vietcong-generalsatrocities.html
- George Ginsburgs (1975) Review: The Paris Agreement on Vietnam, Fundamental Juridical Problems by Institute of Juridical Sciences, Committee of Social Sciences of the DRVN. https://www.jstor.org/ stable/839546
- Hiệp định Paris về Việt Nam năm 1973 qua tài liệu của chính quyền Sài Gòn, Trung tâm Lưu trữ Quốc gia II, Cục Văn thư và Lưu trữ Nhà nước, trang 140-150, 160-170.
- Stephen Denney (1979). The Paris Agreements and Human Rights in Vietnam Today, The Indochina Newsletter, Issue No. 1. https://www.ocf.berkeley.edu/~sdenney/ Paris_Accords_&_Human_Rights

Phát triển Từ Vựng – Vocabulary Development:

Find the Vietnamese vocabulary words in the passage above that have the same meanings as these words in English:

ENGLISH	VIETNAMESE
1. Geneva Accords 2. Hanoi Government 3. Republic of Vietnam 4. Agree 5. Cease-Fire 6. The People/Citizens 7. Freedom 8. Democracy 9. Ancestral land 10. Recruit 11. Liberation Front 12. Ho Chi Minh Trail 13. Guerilla warfare 14. Sabotage 15. Terrorize 16. Rioting 17. Purpose 18. Military Personnel 19. Release 20. Prisoner-of-war 21. Admit 22. Legitimacy 23. DMZ 24. Peaceful Solution 25. Reunification 26. Self-determination 27. Force	

<u>Hiểu Ý Bài – Reading Comprehension:</u>

Based on the passage above, mark the following statements as TRUE of FALSE

T or F

_____ 1. The Geneva Accords allowed people to choose what form of government to live under.
_____ 2. The North Vietnam Communists were also called Viet Cong.
_____ 3. Viet Cong were the communists who chose to stay behind in 1954 or infiltrated the South to stir up troubles and chaos for the South Viet Nam government.
_____ 4. Viet Cong was an independent force from the North Vietnam Communist.
_____ 5. Viet Cong used guerilla tactics including terrorism, destroying/damaging key utility infrastructure, threatening, spreading false information and disrupting lives.
_____ 6. Viet Cong did not harm people like teachers, civil servants, journalists and novelists.
_____ 7. The North Communists always entered South Vietnam by crossing the DMZ boundary.
_____ 8. The Ho Chi Minh Trail allowed the North Vietnam Communist to enter South Vietnam through Laos and Cambodia.
_____ 9. Both the North and South Vietnam violated the Geneva Accords
_____ 10. The Battle of Easter Offensive in 1972 escalated the Vietnam War and resulted in many people dead and displaced. Many homes and farm land were destroyed.
_____ 11. A negotiation was needed to restore peace in Vietnam.
_____ 12. The South Vietnam government believed that the Paris Peace Accords was fair for both sides.
_____ 13. The PRG was a legitimate member of the Paris Accord Conference because they represented the will of most people in the South Vietnam.

The Paris Peace Accords had the following conditions:

T or F

______ 1. All U.S. personnel must leave Vietnam.

______ 2. The North Vietnam Communist must release all U.S. prisoners of war.

______ 3. The Viet Cong currently in the South must return to the North.

______ 4. The Parallel 17th Boundary still must be respected.

______ 5. The people living in South Vietnam may not decide for themselves which form of government they want.

______ 6. Neither side may use military means to force a reunification.

______ 7. Both sides must agree to an immediate cease-fire

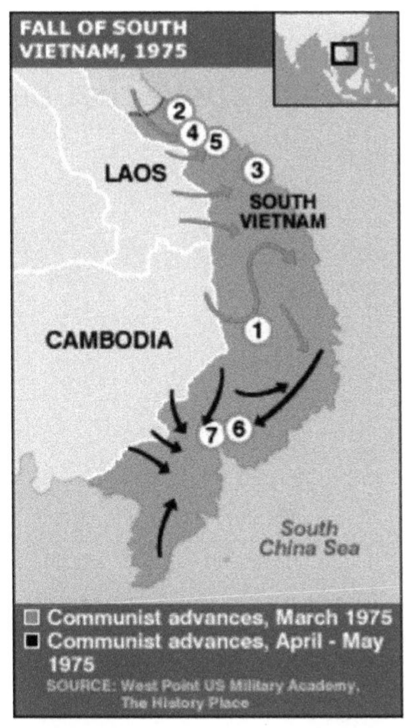

VII. SỰ THẤT THỦ SAIGON & CHẠY LOẠN 30 Tháng 4 năm 1975

The Fall of Saigon and The Exodus - April 30, 1975

Mặc dầu đã ký Hiệp Định Hòa Bình Ba Lê, Chính quyền Hà Nội vẫn giữ nguyên ý định muốn xâm chiếm Việt Nam Cộng Hòa. Việt Cộng tiếp tục đánh phá vào các tỉnh miền Nam. Quân Lực Việt Nam Cộng Hoà gặp nhiều khó khăn. Với sự ra đi của các lực lượng Đồng Minh, họ không còn đủ quân nhân để bảo vệ và đánh trả khi bị tấn công. Đã vậy, họ bị thiếu đạn dược vì Hoa Kỳ ngưng viện trợ quân sự. Tinh thần quân nhân cũng bị chi phối vì chính gia đình, cha mẹ, vợ con họ cũng bị di tản chạy từ vùng này qua vùng khác khi Việt Cộng xâm chiếm. Một số các cấp chỉ huy đã không làm tròn trách nhiệm của họ. Tất cả những yếu tố này cộng với sự ào ạt tấn công của Việt Cộng đang có mặt tại miền Nam và quân Bắc Việt kéo vào làm chính phủ Việt Nam Cộng Hoà bị thua trận và phải đầu hàng.

Ngày 30 tháng 4 năm 1975, Cộng Sản Bắc Việt chạy xe tăng vào thủ đô Saigon và chiếm Dinh Độc Lập. Hàng trăm ngàn người đang sinh sống tại miền Nam tìm đủ mọi cách để thoát thân. Họ đành bỏ lại tất cả những gì quen thuộc, nhà cửa, đất đai, tài sản, v..v... để đem gia đình ra khỏi Việt Nam khi Việt Nam không còn là xứ tự do nữa. Hằng năm người Việt hải ngoại tưởng niệm ngày miền Nam Việt Nam bị Cộng Sản cưỡng chiếm là **Ngày Quốc Hận** và gọi thời điểm này là "**Tháng Tư Đen**" hoặc "**Black April**."

Phát triển Từ Vựng – Vocabulary Development:

Find the Vietnamese vocabulary words in the passage above that have the same meanings as these words in English:

- Hanoi Government
- Republic of Vietnam (SVN)
- Intention
- Invading & Occupying
- Army of Republic Vietnam
- Retreat
- Ally Force
- Military personnel
- Protect
- Counter-attack
- Lack of ammunition
- Ally Forces
- Distracted
- Migrate
- Leadership Rank
- Not fulfilling their duty
- Factors
- All-out attack
- Defeated
- Surrender
- Capital
- Independent Palace
- Escape
- Viet Diaspora
- Commemorate

<u>Hiểu Ý Bài – Reading Comprehension:</u>

Answer the questions below based on your understanding of the reading passage and class discussion.

1. Compare and contrast the Geneva Accords with the Paris Accords. What are the similarities and differences?
2. Why did North Vietnam disrespect both the Geneva and the Paris Accords?
3. What were the primary reasons for the defeat of the Armed Forces of the Republic of Vietnam?
4. What took place on April 30th of 1975?
5. Why were people so desperate to escape?
6. What do you think of the North Vietnam propaganda of *"liberating the South from the Western domination and oppression"?* Where did that propaganda come from? Was it used successfully? Who believed in it?

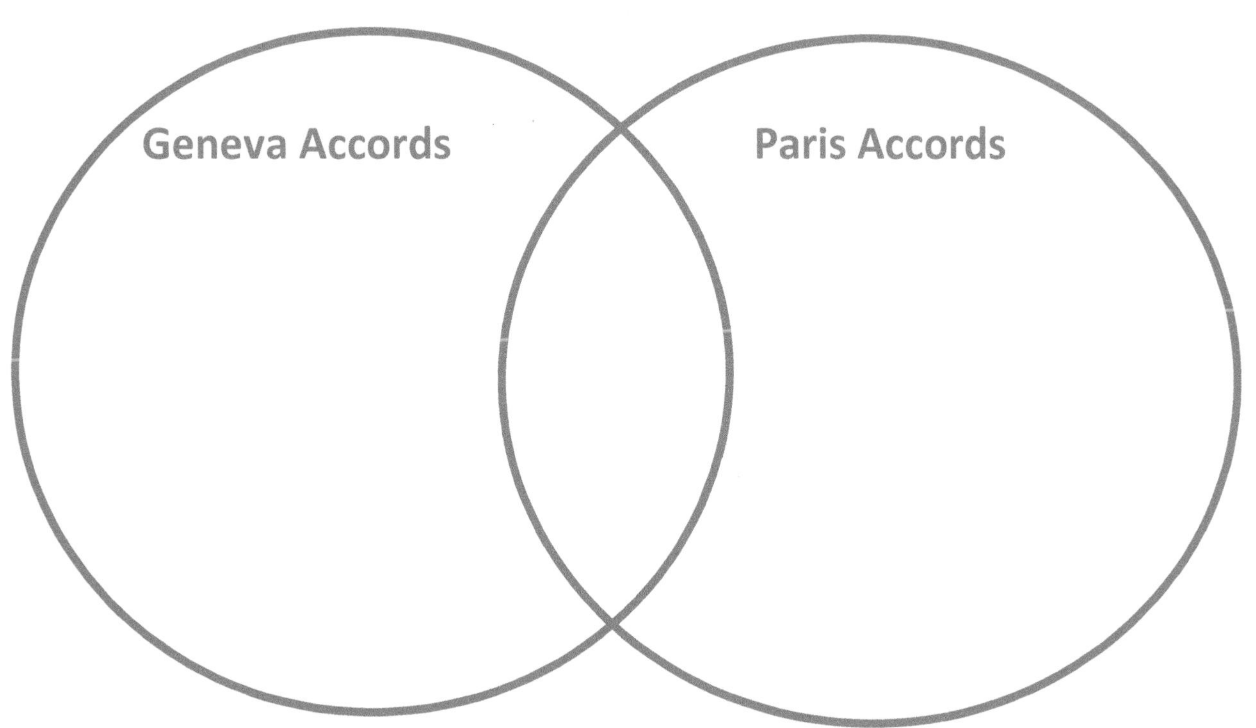

NỐI KẾT BẢN THÂN:

Để hiểu biết rõ hơn về giai đoạn lịch sử Việt Nam đau buồn này em cần tìm những người quen trong gia đình và dòng họ đã sống tại Việt Nam trong thời điểm này và nói chuyện để tìm hiểu.

Em nói chuyện với những người đã phải rời bỏ Việt Nam trong cuối tháng Tư năm 1975 – em có thể dùng những câu gợi ý dưới đây:

a) Cuối tháng Tư năm 1975, gia đình họ đang ở đâu? XX có thể diễn tả lại tình hình lúc đó như thế nào tại nơi ấy? Mọi người lúc đó có những ý tưởng và cảm xúc gì nhiều nhất và mạnh nhất. Tại sao? XX mong ước hoặc chờ đợi điều gì? Những gì là cần thiết và cấp bách nhất lúc bấy giờ?
b) Những yếu tố nào làm XX phải quyết định rời xa quê hương? XX có biết phải ra đi bằng phương tiện nào không? XX có thời giờ chuẩn bị gì không? Có những ai ra đi cùng XX? Cảnh tượng lúc ấy ra sao?
c) Có những điều gì làm XX đau lòng hoặc tiếc nuối nhiều nhất khi phải làm quyết định ra đi? Những người thân nào mà XX đau lòng khi phải rời xa? Có những mất mát nào lớn nhất đối với XX?
d) Khi ra đi, XX có một ý niệm gì về nơi chốn XX sẽ đến không? Điều gì làm XX lo âu, bận tâm hoặc sợ hãi nhất bấy giờ?

<u>PERSONAL CONNECTION</u>:

In order to have a better understanding of this period in history, you should find people in your family circles who had lived in Vietnam during this time to talk and engage them in a conversation. For those who were forced to make the decision to leave Vietnam in April 1975, these are some questions and prompts that could help you learn more of their situations:

a) Where were you living near the end of April 1975? Could you describe what was going on? What do you remember about that time period including the mood in the country, the people, their anxiety, fear, etc. What were they planning or hoping for at that time? What was the most urgent or utmost priority of the people at that time?
b) What were the factors contributing to their decisions to leave Vietnam? Did they know how or when they were leaving? Did they have time to prepare? Who helped them? Who went with them? What were the feelings they remember?
c) What gave them the deepest sorrow or biggest regret regarding their decision to leave? Whom did they have to leave behind that caused the greatest pain? What were their greatest losses?
d) Upon leaving, did they have any notion about their destination? Did they know where they might end up? What preoccupied them the most? What fear or burden did they carry in their heart?

A picture is worth a thousand words.

Examine the photos on the next pages. Look at the faces and body language of the people in them. Put yourself in their places. What do you think goes on in their mind, heart and soul?

SELECT ONE IMAGE AND WRITE A STORY ABOUT IT.

(Please be mindful that these photos may stir up many feelings of sadness and loss for people who had lived through this time period.)

Em nhìn kỹ những bức hình chụp ở các trang kế tiếp. Em để ý đến nét mặt và các cảm xúc. Em đặt mình vào hoàn cảnh họ. Em hình dung thử xem họ đang nghĩ gì, cảm thấy gì và mong đợi gì.

EM LỰA MỘT BỨC HÌNH VÀ VIẾT THÀNH MỘT CÂU TRUYỆN.

(Em nhớ để ý khi chia sẻ với thân nhân vì những bức hình này thường gợi lại nhiều cảm xúc đau buồn và mất mát cho những người đã sống qua giai đoạn này.)

75 Color Photographs That Capture the Fall of Saigon in April, 1975 ~ Vintage Everyday

The Vietnam war in April, 1975. (Photo by Jean-Claude FRANCOLON/Gamma-Rapho via Getty Images)

The Fall of Saigon, Vietnam in April, 1975-Images by © Nik Wheeler/Corbis

Operation Babylift, the mass evacuation of children from South Vietnam at the end of the Vietnam War, from 3rd to 26th April 1975.

Desperate South Vietnamese refugees from the fallen cities jam Highway 1 as they flee North Vietnamese troops advancing to capture Saigon a few days before the Fall of Saigon that signaled the end of the Vietnam War. --- Images by © Nik Wheeler/Corbis and Hiroji Kubota

Những người đang còn chạy loạn từ miền Trung vào miền Nam khi miền Trung đã rơi vào tay Cộng Sản tháng Ba năm 1975. Họ vẫn đang còn tìm đường thoát Cộng Sản khi nghe tin Saigon thất thủ.

(Photo credit: STAFF/AFP/Getty Images)

The desperation to flee, at all cost!

Sự tuyệt vong xô đẩy mọi người thoát thân, bất cứ giá nào!

Tháng Tư Đen 1975

Tác giả: Hồng Sang

Nhớ năm một chín bảy lăm.
Súng đạn ì ầm đầu đội tang Cha.
Tôi cùng con trẻ bôn ba.
Nhanh chân lánh nạn chạy ra phía rừng.

Chồng tôi còn bận hành quân.
Cửa nhà bỏ hết áo quần mang theo.
Vượt qua bao suối bao đèo.
Bao nhiêu cách trở hiểm nghèo gian nguy.

Trong bụng chẳng có món chi.
Mặt mày hốc hác chân đi hai hàng.
Các con đói quá khóc vang.
Mẹ cầm không được hai hàng lệ rơi...

Mẹ đang buồn lắm con ơi !
Bây giờ thất lạc Cha nơi phương nào?
Chấp tay van vái Trời cao.
Mong Trời phò hộ máu đào ngừng tuôn.

Bao nhiêu xác chết bên đường.
Ngó đến mà thấy lạnh xương rùng mình.
Sống trong thời buổi chiến chinh.
Súng đạn vô tình chẳng nệ những ai.

Có người mới thấy sớm mai.
Đến trưa thì đã chết ngay dọc đường.
Từ Bình Dương đến Saigon.
Mẹ con tôi phải mất luôn hai ngày.

Cố gắng ngăn tiếng thở dài.
Vì còn trong túi chỉ vài trăm thôi.
Số tiền không đủ mua xôi.
Giúp cho mấy miệng qua hồi khó khăn...

Mẹ con tôi đang ngồi ăn.
Bổng có tin dữ nói rằng dưới quê.
Bom rơi đạn nổ tư bề.
Cháy nhà cháy chợ tràn trề khói bay.

Cơn đau quặn thắt lòng này.
Cầu mong cho Mẹ thoát qua tai nàn.
Bởi vì tang Cha còn mang.
Sợ mất luôn Mẹ lang thang giữa dòng.

Những điều con trẻ thầm mong.
Thanh bình mau đến yên lòng nhân dân.
Toàn dân căm phẩn muôn phần.
Gia đình ly tán người thân xa lìa.

Hãy nhìn lên những mộ bia.
Ngày sinh ngày thác cách lìa chẳng xa.
Người vừa bỏ cuộc hôm qua !
Có người nằm xuống độ ba bốn tuần.

Còn đâu cái tuổi thanh xuân?
Chiến tranh đã cướp mất dần tuổi thơ.
Có những mái đầu bạc phơ
Ngày đêm trông ngóng con thơ chưa về.

Gió buồn gió rít tỉ tê.
Lòng người tan nát chán chê lắm rồi.
Nụ cười đã tắt trên môi.
Quê Hương...giờ đã....thôi rồi....từ đây.....

Hồng Sang

www.viet.no

Nguồn: http://poem.tkaraoke.com/33456/2.html

U.S. soldiers, Vietnam orphans reunite 40 years after 'Operation Babylift'

The Associated PressPublished Saturday, April 25, 2015 10:20PM

A group of former Vietnamese orphans pose for photographs during ceremonies commemorating the 40th anniversary of Operation Babylift from Vietnam on April 25, 2015, in Holmdel, N.J. As children, many only infants, they were airlifted to the U.S., near the end of America's involvement in the Vietnam War. (\Mel Evans / AP Photo)

HOLMDEL, N.J. -- With the Viet Cong making their final push toward taking Saigon in April 1975, the fate of thousands of Vietnamese orphans was uncertain until President Gerald Ford ordered remaining U.S. forces to evacuate the children.

Forty years after the final flight of Operation Babylift left Vietnam, 20 evacuees and their adopted families gathered Saturday for a reunion along with some of the servicemen who took part in the rescue.

"Operation Babylift is one of the few great things to come from the Vietnam tragedy," said Lana Mae Noone, organizer of the event staged at the New Jersey Vietnam Veterans Memorial.

Noone also is the founder of the website Vietnam Babylift, which aims to connect adoptees, their families and veterans involved with the mission. In all, 2,547 children were rescued and adopted by families in the United States and allied countries. Noone, 68, of Garden City, New York, adopted her two daughters -- Heather and Jennifer -- after they were among the last children evacuated to the United States. Heather developed pneumonia on her way to America, and died in May 1975.
"I promised her I would make sure babylift would never be forgotten," Noone said.

Dressed in a black ao dai, a traditional Vietnamese silk dress, Leah Heslin, 42, said she looked forward to meeting other adult adoptees who, like her, were raised in America but find interest in their Vietnamese heritage.

"It's been very exciting, very anxious. I'm kind of nervous," said Heslin, who attended with her adoptive mother, Carole Heslin, 72. "It brings it back to home a little bit."

Participants dedicated a plaque inscribed with the names of 138 children, volunteers and soldiers who perished when their C-5A Galaxy crashed while headed to Clark Air Base in the Philippines.

Greg Gmerek, a medic for the 9th Air Evac Squadron, survived the crash.
"Mud was flying at me and I went flying around all over the place" recalled Gmerek, who was not strapped in because all the seats were strapped with two children a piece. "We just started getting the babies out as best we could." Gmerek said he broke six ribs and had a partially collapsed lung from the crash.
"I thought about them all the time," Gmerek said of the children.

Kim Lan Duong said she was orphaned in the streets of Saigon before being flown to Detroit during Operation Babylift, where she was adopted and raised by her single mother and grandmother, Sandy and Violet Howard.
"To be able to see adult adoptees, it warms their hearts to see us grown up," said Duong, 43, who now lives in Dallas. "They still call us kids and that's OK."

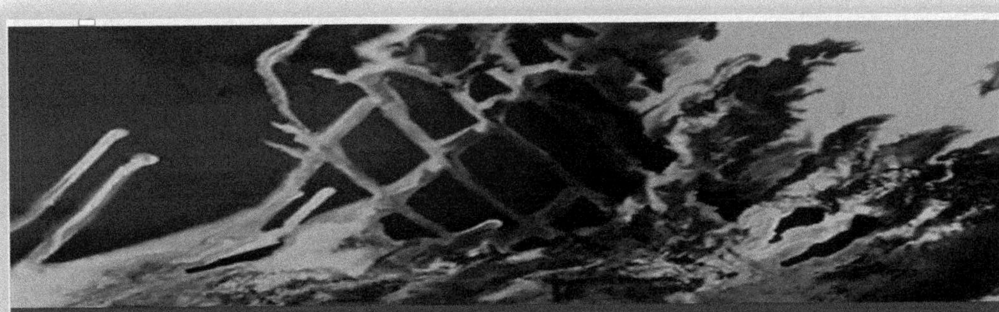

ĐẤT ĐAU

nụ đào quên nở bờ đê
em lên mạn ngược cõi về cuồng phong
bụi trần vẫn bạc thân hồng
cành nghiêng nặng trĩu nỗi lòng đọng sương

đất đau người bỏ hõm đường
vùi hoa tản gốc sắc vương vực hồn
ta nay xa núi cách sông
thương hoa mất đất xót lòng mất nhau

trăm con việt điều ngập sầu
cánh vân nối gió đổi màu trời cao

LƯU NGUYỄN ĐẠT
(*DÒNG THƠ LỤC BÁT*)

The Gifts of Adversity tells the refugee and resettlement experience of Carolee GiaoUyen Tran and her family. At the end of the Vietnam War, Carolee was an eight-year old child in a family of six, including her three younger sisters. Her father represented many South Vietnam officers at that time, wanting to ensure the protection and safety of their families while not shirking their duties as a military man in wartime. Similarly, her mother, like thousands of other women, stepped up to shepherd the family to safety despite their heavy or broken heart, imagining the worse fate awaiting their husbands who had been declared as "enemies of the state" by the invaders and conquerors.

Dr. Tran's authentic, thoughtful and reflective narration takes the readers through her own experience of leaving Vietnam in a chaotic, last-minute decision situation, arriving in refugee camps in the U.S., being sponsored by an American family and the family struggled to make a living in a new land. Her personal stories of balancing her love and loyalty to her family and her desire to achieve academically and professionally while experiencing discrimination and abuses is truly an inspiration for all, especially for those who arrived on this shore as newcomers. I highly recommend this book to those who wish to fully understand the refugee experience and the complexity of the adjustment and adaptation process in order to develop compassion and empathy for your loved ones who had once been refugees, as well as compassion and respect for all refugees and displaced people of the world.

In the following pages, you will experience the harrowing escape from Vietnam the day before the Fall of Saigon in 1975 through the eyes of the 8-year old GiaoUyen. Imagine yourself in her place and note what thoughts and feelings you have.

TO ORDER:

The Gifts of Adversity: Reflections of a Psychologist, Refugee, and Survivor of Sexual Abuse - Kindle edition by GiaoUyen Tran PhD, Carolee. Politics & Social Sciences Kindle eBooks @ Amazon.com.

PROLOGUE

April 29th, 1975

"Get up! Get up! It's time to go! Don't turn on the lights!"

My head was groggy and it spun with confusion. Seconds passed as I gradually recognized the voice of my maternal grandfather jolting me out of a deep sleep.

I tried to remember what they'd told me to do if this happened.

What? ... Oh yes.

I pushed myself up and staggered out of bed, then grabbed my small escape bag. Aunt Tuyet was already standing next to my bed, so I clutched her hand tightly. She was fourteen years old, and I was eight. My legs wobbled as I descended the steep set of stairs, which led to the front door. Looking out at our large glass window, I could see droves of people running in the street.

Oh no.

"I forgot my shoes," I cried out.

"Never mind," Grandfather said. "No time to go back."

I was forced to go barefoot into the streets. As soon as we stepped outside, I felt the earth under my feet first, and then the sensations of cement, asphalt, gravel, dirt, and lastly sand as we approached the ocean. We were swept along by a stampede of people running and panting in the dark. My heart was racing, and perspiration trickled down my back and forehead. Aunt Tuyet and I said nothing to each other as we ran, but I felt her sweaty fingers tightly gripping my hand.

Finally we arrived at the beach, hoping to board boats that would take us out to sea. But suddenly we saw soldiers and police officers with their guns lined up on the beach.

"Stop!" one of the officers barked at us loudly through the megaphone in his hand. "Go home. There is no reason to flee."

We all stopped in our tracks and stood there, stunned and confused.

"What are all of you doing here at this late hour?" the officer went on. "You need to go home and get some sleep. Everything is fine—you don't need to go anywhere."

The anxiety and tension of the adults surrounding me was as frightening as the soldiers. But gradually, my mom and grandparents huddled together and then turned around and waved for Aunt Tuyet and me to follow.

We returned home that night and I fell right back to sleep. The following early morning, I awoke to the sound of our little radio.

"Vietnam is now one united country!"

The South Vietnamese government had surrendered to the North Vietnamese communist troops. We in South Vietnam had lost the war, and the communists from North Vietnam had marched in and occupied Saigon.

My grandparents, mom, aunts, and uncles were all extremely agitated, my grandmother and aunts weeping openly. They were devastated by the loss of democratic Vietnam and what this meant for us personally.

My mom paced the floor and gathered our escape bags. She placed mine next to me. It contained one change of clothing, a toothbrush, and a picture of my family. My maternal grandfather kept looking out towards the ocean with his binoculars.

"There's a big ship out there," he announced to us loudly. "That is the ship that will take us out of Vietnam. We must board that ship as soon as possible!"

I rushed to the dining room table to eat my breakfast.

"Hurry up," Grandfather snapped. "Finish your breakfast!"

But I had lost my appetite. The bread in my mouth tasted like cardboard. Within minutes, I got up from the table, dumped most of my breakfast into the garbage can, and joined the adults standing in the living room. We said a quick prayer and then were off again, making our second attempt to escape.

We ran on foot, avoiding the beach and heading straight to the pier in hopes of getting aboard one of the fishing boats docked there, which would take us out to the big escape ship. This time I had my sandals on. My mom carried my three-year-old sister, NhaUyen, on her back, held there by a large sheet tied across my mom's chest. NhaUyen was unable to walk due to the second-degree burns on her legs from a gunpowder accident just five days earlier. My mom also carried ThyUyen, my fifteen-month-old sister, in a front pack, along with a small bag containing one outfit for each of them and several items of my dad's. He wasn't with us. He was stuck more than two hundred miles away, in Saigon.

For the final stretch of the run to the pier, we had to walk on wobbly, narrow wooden planks loosely placed above the ocean. I slipped and fell several times, almost plunging into the cold water below. Only Aunt Tuyet's firm grip on my hand saved me.

Once we arrived at the fishing boats, my mom showed one boat captain after another a large sack full of cash and pleaded for someone to take us out to sea. All of them shook their heads while smiling politely. A number of bystanders jeered and made fun of us.

"Go home ... Don't be fools ... Why are you trying to leave? Communism is great—we are all equal!"

Of course, these were South Vietnamese citizens who had never lived under the brutal and oppressive communist regime, as had many members of my family. They had no idea what was in store for them.

Finally, at around five o'clock, when the sun was not shining as brightly and my mother had become so desperate that she got down on her knees to beg for help, one fisherman agreed to take us out to the American ship. Our family quickly crowded onboard the fishing boat and headed out to sea.

I stood next to my mom on the vessel as she chanted softly, over and over again, "Jesus, Maria, Joseph, please keep us from harm. Jesus, Maria, Joseph, please save us from death." A steady stream of tears flowed from her eyes and glistened her flushed cheeks as we plowed up and down, heading out to sea.

As we approached the ship, I saw that many people had already boarded, while others were hanging off the sides, trying to climb aboard. Surrounding the ship were hundreds of smaller boats and a large scow that was directly connected to the ship. The only way to get onto the scow was to hop onto and out of the smaller boats, which formed a sort of bridge.

I was terrified. There were about twenty boats between us and the scow. I saw bodies floating in the water and people screaming for help as they fell and were smashed between boats.

"Jump!" Mom screamed at me, pushing and lifting me forward towards the scow.

After a while, I made it onto an elevated platform connected to the scow and looked down. I saw that the scow was packed with people, shoving and trampling on top of one another. Suitcases, purses, clothes, and dried goods were scattered everywhere among them. People yelled, screamed, begged, and cried in their frenzy and desperation to board the ship, trying to push their way to the front of the scow.

Then I heard an announcement from the ship's loudspeaker: "Everyone must remain calm. We will let women and children on first!"

Standing next to me, my mom yelled into my ear, "Hurry up—jump! You have to jump on right now!"

It was a life-or-death situation. Getting onto the scow was the only way to get aboard the rescue ship. I was petrified, but the alarm in my mom's voice and the fear in her eyes told me that I had no choice.

I jumped.

Once onboard I was completely separated from my family, buried at the bottom of the scow in a sea of people. I struggled to breathe, gasping for air as I was thrown around like a ragdoll. The crowding and shoving made it impossible for me to gain my footing. I became lightheaded and felt like I was about to pass out. Above me, men who were trying to get onto the ship were being kicked and thrown off the sides of the ship.

Suddenly, a man scooped me up into his arms, saying, "I'm taking you onboard." He carried me from the scow to the ship, and then disappeared.

Minutes later, I heard the ship's horn blow loudly. Initially I had no idea what it meant. Then I felt the ship moving. I walked gingerly to the edge of the deck to get a better look at what was happening. My fingers grasped so tightly onto the ship's rail that they began to ache.

From there I could see my six-year-old sister KimUyen below on a small fishing boat, along with my maternal grandparents and aunts. I looked for my mom, but she was nowhere to be found. My body shook uncontrollably, tears flooding my eyes, as I stood alone without a single member of my family. I reached out, hoping I could magically pull KimUyen onboard. But it was not to be. She got smaller and smaller as the ship pulled farther away. The distance between us became unreachable, unbearable! Suddenly, I felt all the energy leave my body. My legs weakened and buckled under me. I collapsed, curled into a ball, and covered my ears in an attempt to shut out the deafening screams and desperate wails surrounding me. It sounded like a torrential downpour of rain, but it was a booming orchestra of heartbreak, fear, and anguish, like none I had ever heard before. I was drowning in a sea of human suffering.

Even the faces of the American navy officers were red and wet with tears. I was alone and terrified, with no idea where this ship was taking me. I sobbed hysterically and rocked rhythmically back and forth as dusk fell, retreating inward and shutting out the rest of the world until the sky turned completely dark.

• • •

Sau khi đọc xong, em hãy suy nghĩ và trả lời các câu hỏi sau đây:

1. Tại sao GiaoUyên ráng nhớ những gì người lớn nói khi được đánh thức?
2. Khi gia đình GiaoUyên nghe tin tức trên radio nói là "Đất nước thống nhất" tại sao các người lớn cảm thấy đau lòng và lo lắng?
3. Ai là người dẫn đầu đoàn người di tản trong gia đình GiaoUyên lúc đó? Họ muốn rời khỏi Việt Nam để đi đâu?
4. Những lý do nào khiến những người có ghe đánh cá không nhận túi tiền lớn từ mẹ GiaoUyên, không muốn giúp gia đình GiaoUyên và không có ý định trốn ra khỏi Việt Nam?
5. Dựa trên những cử chỉ, hành động và quyết định của mẹ GiaoUyên, em tìm những từ vựng diễn tả con người và tính khí của bà lúc ấy.
6. Em tìm những từ vựng trong câu truyện ghi lại những gì GiaoUyên thấy, nghe, đụng chạm và cảm nhận được. Tất cả nói lên một cảnh tượng như thế nào?

7. Em nghĩ GiaoUyên cảm thấy gì khi ý thức mình là người duy nhất trong gia đình lên được chiếc tàu? Có bao giờ em bị tách rời khỏi gia đình em chưa? Em cảm nhận gì và đã làm gì?

Immigration vocabulary terms pdf list

Immigration-vocabulary-terms-.pdf (englishfornoobs.com)

approval
a dissident
a foreigner
a haven
a majority
a minority
a multi racial society
a passport holder
a shanty town
a work permit
American dream
an emigrant
an epidemic
an exit visa
an immigrate
asylum
authorities
bilingual
border
border control
citizen
citizenship
country of adoption
cultural identity
deportation
destiny, fate
detainee
discriminatory
disillusioned
ethnic group
false documents
family reunification
famine
fellow citizen
fingerprints
ghetto
green card
homeless
host country
illegal alien
illegal immigrant
immigration
immigration quotas
immigration rate
inequality

integration
language barriers
legal immigrant
literacy tests
melting pot
multiculturalism
native speaker
naturalization
passport
penniless
persecution
political asylum
poor
poverty
precarious
pull factors
quota system
racism
refugee
refugee camp
separation
society
the immigration policy
the slums
tolerant / intolerant
tradition
visa
wealth
segregation

USEFUL VERBS

to adapt
to adapt
to adjust to
to assimilate
to be exploited
to be forced to move
to be lured by a better life
to be persecuted
to be uprooted
to come in waves
to curtail / to curb
immigration
to decrease

to die of hunger
to emigrate
to enter
to flee a country
to go through the custom
to grant permission to stay
to head for a country
to increase
to integrate
to keep out
to leave one's native
country
to limit
to mix with, to blend with
to naturalize
to oppress
to patrol
to reduce
to restrict
to risk one's life
to seek shelter
to send back
to settle
to smuggle in
to start affresh
to starve
to struggle
to support
to swarm into
to travel
to work on the side
to originate from

REFUGEES & IMMIGRATION VOCABULARY

- **Aid:** to help or support people or a cause
- **An Asylum-Seeker:** a person wanting to enter a safer foreign country to escape fear or persecution in their home country
- **Anguish:** extreme emotional or physical pain
- **Biculturalism:** being of two different cultures
- **Bilingualism:** to speak two languages
- **Border:** a line, wall, or covering that encloses something
- **Brain drain:** the emigration of intellectual and educated people from a country
- **Chain Migration:** the process of immigrants finding a new home, and other
- **Chaos:** the state of being disorganized and uncontrollable
- **Colonization:** the process of a country or group of people settling into a new country to gain control
- **Counter-Urbanization:** people leaving cities to find a new home
- **Coyote:** a person who smuggles people through Latin America
- **Crisis:** an emergency
- **Crossing:** to go across a line, boundary, or intersection
- **Crowds:** large groups of people
- **Danger:** the possibility of physical or emotional harm
- **Deportation:** to transport someone to their home country
- **Desperation:** to be in extreme distress from hopelessness
- **Detained:** holding or keeping someone in official custody
- **Deterioration:** the process of conditions getting worse
- **Displaced:** forced to move
- **Economic Migrant:** a person who leaves their home for better economic opportunities
- **Economic Refugee:** a refugee entering a new country for economic opportunities, or escaping economic injustice
- **Emigration:** moving from a country
- **Fear:** the extreme emotion of being scared

- **First generation immigrant:** an immigrant or the child of an immigrant
- **Flee:** to escape quickly
- **Flood of Migrants:** a large group of immigrants entering a new country
- **Forced migration:** person who is pressured to leave their home for negative reasons
- **Freedom:** the power or right to choose for yourself
- **Genocide:** deliberately killing a group of people, based on ethnicity, beliefs, or nationality
- **Human rights:** the basic universal rights people have to live happy, healthy, free lives
- **Humanitarian:** to help general populations, people, and human rights
- **Identification:** the objects or documents able to prove a person's identity
- **Illegal immigrant:** a person who is staying in a country illegally, without the government's permission
- **Illegal Immigrant:** an immigrant person without permission to reside in a country
- **Immigrant Community/Population:** a group of immigrants who have been in a country for a short or long time
- **Immigrant:** a person who moves to a country they were not born in
- **Immigrate:** to move to another country
- **Immigration Laws:** laws connected with immigrants and immigration
- **Immigration:** movement to another country
- **Influx of immigrants:** a large group/population of immigrants entering into a country
- **Infrastructure:** the basic architecture of a system, organization, or civilization
- **Internally Displaced Person:** someone who leaves their home to escape danger or fear (like a refugee), but stays in their home country and does not cross an international border
- **International Migration:** immigrants moving across international borders
- **Interregional Migration:** immigrants moving within their own country's borders
- **Journey:** a trip, to travel

- **Local:** a person or thing that is from a particular area
- **Loss:** to lose someone or something; the emotion of losing something
- **Mayhem:** violent or damaging chaos
- **Medical Aid:** to give medical assistance or help to people or a cause
- **Migrant Labor:** workers who move often for job opportunities
- **Migrant:** a person who leaves their home country to reside in another
- **Migration:** movement
- **Mobility:** to move
- **Multiculturalism:** being of three or more different cultures.
- **Multilingualism:** to speak three or more languages
- **Permanent Resident:** a person who is given permanent residence in a new country
- **Political Refugee:** a refugee escaping from an oppressive government
- **Push Factor:** the reasons an immigrant is forced to leave their home
- **Refugee Camp:** a safe shelter that helps and offers temporary aid to refugees or internally displaced people
- **Refugee Claimant:** a person who has made a claim for refugee protection
- **Refugee Crisis:** a large number of refugees in need of finding a new home
- **Refugee Flow:** the expansion of refugees
- **Refugee Status:** to be legally recognized as a refugee
- **Refugee:** a person who is forced to leave their country for safety
- **Repatriation:** a refugee or group of refugees returning to their home country
- **Resettled Refugee:** a refugee who has settled in a new place
- **Resettlement:** the process of a refugee permanently residing in a new country
- **Sanitation:** the state of being clean and to avoid health issues
- **Shelter:** protection
- **Smuggling:** moving items or people illegally or secretly
- **Stateless person:** a person who is not a citizen of any country
- **Stress:** to have or feel intense pressure

- **sylum:** a safe place; the right to be recognized as a refugee and receive legal protectio**Barrier:** similar to a border; a line, wall, or covering that encloses something
- **Temporary Resident:** a person who is given residence in a new country for a certain time period only
- **Terror:** intense fear
- **Trafficker:** a person who deals, trades, or moves things or people illegally
- **Transportation:** to move something or someone
- **Uncertainty:** the feeling of not knowing or understanding information
- **Undocumented:** a person who does not have documented permission to live/stay in a country
- **UNHCR (United Nations High Commissioner for Refugees):** an international organization that helps support refugees
- **Urbanization:** people moving to cities to find a new home
- **Voluntary Migration:** a person who chooses to reside in a new country

POLITICAL TERMINOLOGY

- **Việt Nam Cộng Hoà (Chính Phủ Saigon)**
  The Repubic of Vietnam

- **Đệ Nhất Cộng Hoà Tổng thống Ngô Đình Diệm (1956-1963)**
  The First Republic of Vietnam

- **Đệ Nhị Cộng Hoà Tổng Thống Nguyễn Văn Thiệu (1967-1975)**
  The Second Republic of Vietnam

- **Quân Lực Việt Nam Cộng Hoà**
  Armed Forces of the Republic of Vietnam : AFRVN
  Army of the Republic of Vietnam : ARVN

- **Việt Nam Dân Chủ Cộng Hoà (Chính Phủ Hà Nội)**
  The Democratic Republic of Vietnam
- **Quân Đội Nhân Dân Việt Nam**
  The People's Army of Vietnam (PAVN)

- **Mặt trận Dân tộc Giải phóng Miền Nam Việt Nam (Việt Cộng - VC)**
  National Liberation Front of South Vietnam

- **Chính Phủ Cách Mạng Lâm Thời Miền Nam Việt Nam**
  Provisional Revolutionary Government (*the PRG*)

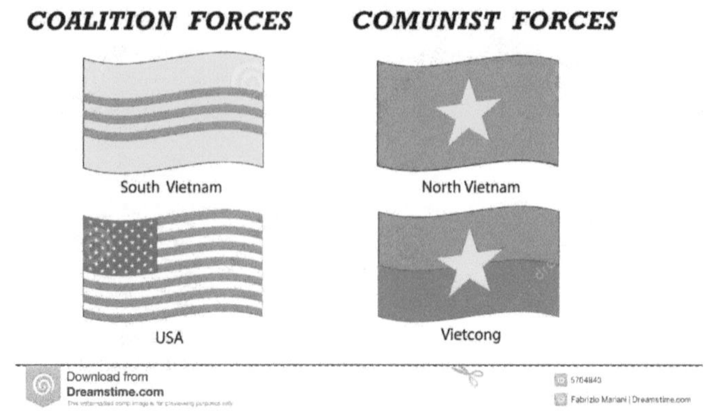

VIII. CUỘC DI TẢN TIẾP DIỄN…

The EXODUS Continues…
The Largest and Longest Refugee Crisis in History

Sự thất thủ của Việt Nam Cộng Hòa gây ra nhiều làn sóng người lũ lượt bỏ xứ ra đi. Theo những tài liệu quốc tế ghi nhận các cuộc di tản, điều này tạo thành một cuộc khủng hoảng tị nạn lớn nhất và dài nhất trên thế giới. Ngay trong những ngày cuối cùng của tháng Tư năm 1975, một số người được chính phủ Hoa Kỳ giúp tản cư ra khỏi Việt Nam; một số khác ra đi tự túc với bất cứ phương tiện nào họ tìm được, trên các chiếc tàu Hải Quân Việt Nam, các chiếc tàu tư nhân, hoặc các ghe đánh cá cặp vào các chiến hạm Hoa Kỳ ngoài khơi.

Trong hai thập niên từ 1975 cho đến 1995, hơn ba triệu người tị nạn trốn chạy từ Việt Nam, Lào và Cam Bốt. Không ai biết chắc con số người tị nạn ra đi bằng các chiếc thuyền mỏng manh trên biển cả. Giới thẩm quyền ước lượng một nửa thuyền nhân bỏ mình giữa đại dương. Họ là những nạn nhân của hải tặc, của sự đói khát khi cạn lương thực, hoặc do những chiếc thuyền quá tải lại mỏng manh, vá víu không kham nổi biển cả. Những chuyến tàu may mắn thì đến được các trại tị nạn dọc các bờ biển Thái Lan, Mã Lai, Nam Dương hoặc Phi Luật Tân. Sau đó họ lập hồ sơ để được cứu xét và có

khoảng trên 2.5 triệu người tị nạn Việt Nam được định cư khắp nơi trên thế giới kể cả hơn một triệu người nhập cư vào Hoa Kỳ.

Theo số liệu thống kê của Cao Ủy Tị Nạn Liên Hiệp Quốc:

- "**Thuyền Nhân**" **(The Boat People)** - từ sau ngày 30 tháng 4 năm 1975 cho đến cuối năm 1995, có khoảng hơn **1,000,000 người Việt Nam** bỏ nước ra đi trên biển cả và ước chừng phân nửa trong số này bị thiệt mạng trên đường vượt biên.

- **Chương trình O.D.P. (Orderly Departure Program)** – Chương trình "Ra Đi Có Trật Tự" do Liên Hiệp Quốc đề xướng để giảm số người có ý định vượt biên. Chương trình này tạo điều kiện cho những người Việt làm đơn xin nhập cư Hoa Kỳ trên hai điều kiện: đã từng làm việc với Hoa Kỳ hoặc có thân nhân ở Hoa Kỳ bảo lãnh. **Hơn 500,000 người từ Việt Nam** được nhập cư vào Hoa kỳ theo chương trình này trong hai thập niên đầu tiên.

THE WALL STREET JOURNAL.

MARKETPLACE

Vietnam's 'Dust Children' in Limbo

- **"Chương trình con lai Mỹ" (AmerAsian Homecoming Act)** Khi ý thức hoàn cảnh thê thảm của trẻ lai sau cuộc chiến bị ruồng bỏ, xua đuổi và đa số vô thừa nhận dưới chế độ Cộng Sản, Quốc Hội Hoa Kỳ chuẩn chi đạo luật The AmerAsian Homecoming Act vào năm 1988. Có khoảng **100,000 trẻ lai có cha là công dân Hoa Kỳ và gia đình** sang Mỹ định cư theo chương trình nhân đạo này.

- **Chương trình H.O. (Humanitarian Operation)** - là chương trình do Hoa Kỳ bảo trợ để tái định cư cựu tù cải tạo được trả tự do. Khoảng hơn **200,000 cựu công chức và quân nhân Việt Nam Cộng Hòa** bị 3 năm tù trở lên cùng thân nhân đến Hoa Kỳ qua chương trình này.

Một câu hỏi được đặt ra là tại sao Bắc Việt, với chủ trương ***"giải phóng miền Nam, thống nhất đất nước, đem lại hoà bình ấm no cho mọi người dân***" mà lại không giữ được người dân ở lại? Không ai muốn ra đi khỏi quê hương xứ sở, rời bỏ người thân, và phải bắt đầu lại tại một nơi có ngôn ngữ bất đồng và văn hóa xa lạ. Thế mà làn sóng người bỏ xứ ra đi cho tới nay vẫn còn tiếp diễn qua nhiều hình thức khác nhau theo một bài tường trình của RFA
Vì sao người Việt vẫn bỏ nước ra đi? — Tiếng Việt (rfa.org)

- Số người từ cả hai miền Bắc-Nam đi du học hoặc theo chương trình Xuất Khẩu Lao Động làm đơn xin ở lại rất cao sau khi Khối Cộng Sản Đông Âu sụp đổ– hiện tại có khoảng trên **300,000 người** gốc Việt sống rải rác ở Nga, Ba Lan, Tiệp Khắc, Hung Gia Lợi, Đông và Tây Đức...

- Trong hai thập niên qua có hàng **100,000 phụ nữ Việt lấy chồng ngoại quốc**, nôm na gọi là "**Cô Dâu Việt**." Những phụ nữ này đa số đã hy sinh để tìm cách giúp gia đình cải thiện mức sống vì xã hội Việt Nam không cho họ cơ hội nào cả.
- Theo tài liệu của Bộ Giáo Dục Việt Nam, hiện tại có hơn **100,000 du học sinh Việt Nam** học tập và làm việc ở 49 quốc gia, trong đó có đến 90% du học tự túc và nhiều người trong số họ đã ở lại, không trở về nước. Đa số các sinh viên ra trường ở các đại học danh tiếng Hoa Kỳ với nhiều công trình nghiên cứu khoa học đã không hồi hương.

Trước tháng Tư năm 1975, rất ít người Việt bỏ xứ ra đi, mặc dầu đất nước trong hoàn cảnh chiến tranh. Các sinh viên du học với mục đích xây dựng quê hương, đa số trở về sau khi tốt nghiệp. Không người dân nào trên đất nước Việt Nam Cộng Hoà phải bị đi xuất khẩu lao động. Hiếm có chuyện hàng loạt phụ nữ phải lấy chồng ngoại quốc để nuôi gia đình.

Tại sao hiện nay lớp người muốn rời xa quê cha đất tổ vẫn tiếp tục...

Sources:

- UNHCR. (2005, August 30). Last Vietnamese boat refugee leaves Malaysia. https://www.unhcr.org/uk/news/ latest/2005/8/43141e9d4/vietnamese-boatrefugee-leaves-malaysia.html
- UNHCR. (2000, January 1). The State of The World's Refugees 2000. Page 82. https://www.unhcr.org/3ebf9bad0.pdf
- AP. (1978, August 6). Floating Aid Center Helps "Boat People" Flee from Vietnam. Newspapers. https://www. newspapers.com/image/628094500/
- Chicago Tribune. (1978, December 25). Boat people risking lives to live in freedom. Newspapers. https://www.newspapers.com/ image/386643838
- The Washington Post. (1980, September 7). Pirates plague the boat people. Newspapers. https://www
- Asbury Park Press. (1980, July 13). Boat people drop anchor. Newspapers. com. https://www.newspapers.com/ image/148245650 10. UPI. (1978, November 26). Indochina's Boat People: Why Do They Still Flee? Newspapers. https://www.newspapers.com/ image/610996415

Eastern European Communist Bloc

Khối Cộng Sản Đông Âu

Eastern European Independent Countries

Các Quốc Gia Đông Âu Độc Lập

Phát triển Từ Vựng – Vocabulary Development:

Find the Vietnamese vocabulary words in the passages above that have the same meanings as these words in English:

Refugee Wave:
International:
Crisis:
Evacuate:
Self-funded:
Whatever means:
Ship:
Navy:
Private:
Boat:
U.S. Carrier:
Decade:
Flee:
Ascertain:
Precarious:
The authority:
Estimate:
Boat people:
Ocean:
Victim:
Pirate:
Starvation:
Nourishment:
Overloaded:

Not sea-worthy:
Fortunate:
Refugee camp:
Coast:
Malaysia:
Thailand:
Indonesia:
Phillipines:
Resettle:
All over:
World:
United Nations High Commissioner:
Condition:
Sponsor:
Circumstance:
Horrific:
Rejected:
Discarded:
U.S. Citizen:
Humane:
Release/Return to freedom:
Loved ones:
Labor Exports:

Study Abroad student:
The Eastern European Communist Bloc:
Research endeavor:

Sacrifice:
Improve:
Living Condition:

<u>Hiểu Ý Bài – Reading Comprehension:</u>

Based on the passage above, mark the following statements as TRUE of FALSE

T or F

_______ 1. The Fall of Vietnam into communism created many waves of people fleeing the country.

_______ 2. The Vietnamese Refugee crisis took place only during the first few years after the Fall of Saigon.

_______ 3. From 1975-2995, the Vietnamese people had many means of leaving Vietnam to immigrate to another country of their choice.

_______ 4. All former employees of U.S. government were airlifted out of Vietnam during the last few days of April in 1975.

_______ 5. There were many Vietnamese Navy ships waiting in the ports of Saigon and Vung Tau to take people who were leaving Vietnam.

_______ 6. There were approximately 3 million refugees from Indochina between 1975 and 1995.

_______ 7. Most of the refugees were able to immigrate into the country of their choice.

_______ 8. The Communist Vietnam allowed people to leave Vietnam as long as they leave their homes and all their possessions behind.

_______ 9. There were many "boat people" who escaped because they were fishermen and had their own boats.

_______ 10. These boats were generally sea-worthy and safe for people to make their journey to freedom.

_______ 11. The boats that didn't make it were due to starvation, pirate, and lack of experience in navigation.

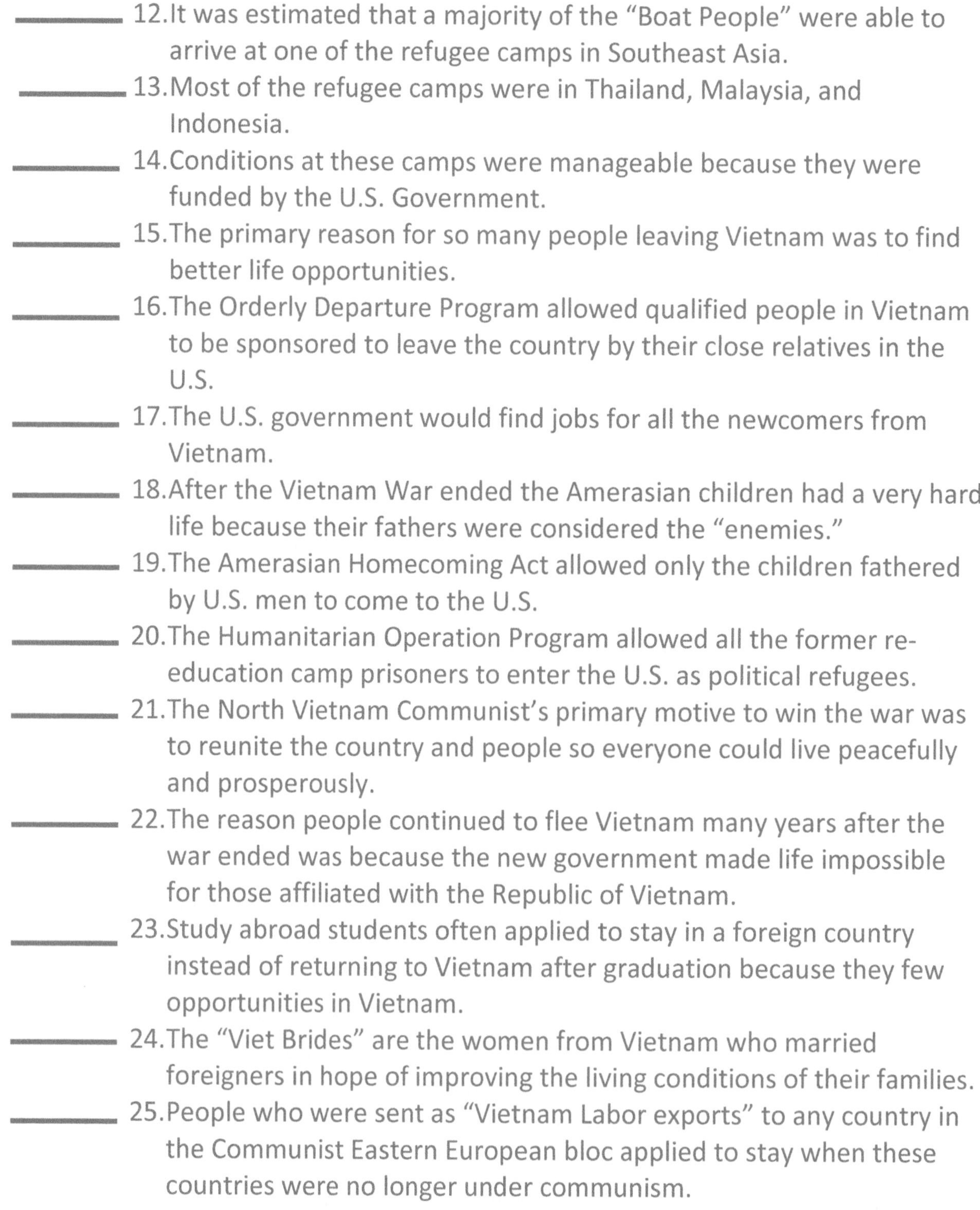

_______ 12. It was estimated that a majority of the "Boat People" were able to arrive at one of the refugee camps in Southeast Asia.

_______ 13. Most of the refugee camps were in Thailand, Malaysia, and Indonesia.

_______ 14. Conditions at these camps were manageable because they were funded by the U.S. Government.

_______ 15. The primary reason for so many people leaving Vietnam was to find better life opportunities.

_______ 16. The Orderly Departure Program allowed qualified people in Vietnam to be sponsored to leave the country by their close relatives in the U.S.

_______ 17. The U.S. government would find jobs for all the newcomers from Vietnam.

_______ 18. After the Vietnam War ended the Amerasian children had a very hard life because their fathers were considered the "enemies."

_______ 19. The Amerasian Homecoming Act allowed only the children fathered by U.S. men to come to the U.S.

_______ 20. The Humanitarian Operation Program allowed all the former re-education camp prisoners to enter the U.S. as political refugees.

_______ 21. The North Vietnam Communist's primary motive to win the war was to reunite the country and people so everyone could live peacefully and prosperously.

_______ 22. The reason people continued to flee Vietnam many years after the war ended was because the new government made life impossible for those affiliated with the Republic of Vietnam.

_______ 23. Study abroad students often applied to stay in a foreign country instead of returning to Vietnam after graduation because they few opportunities in Vietnam.

_______ 24. The "Viet Brides" are the women from Vietnam who married foreigners in hope of improving the living conditions of their families.

_______ 25. People who were sent as "Vietnam Labor exports" to any country in the Communist Eastern European bloc applied to stay when these countries were no longer under communism.

What do all the different waves of refugees from Vietnam since the Fall of Saigon and the Vietnamese who worked or studied abroad but didn't want to go back to Vietnam have in common?

What was the propaganda used by the Communist North Vietnam to justify their invasion and capturing of South Vietnam?

How did the multiple and on-going waves of refugees fleeing the country expressed what people thought about the propaganda?

Life in a refugee camp

The Vietnamese Refugees in the U.S.

I.	**The April 30, 1975 Mass Escape:**	**125,000-150,000**
II.	**The Boat People (post-1975 to 1990s)**	**1,000,000 +**
III.	**The Orderly Departure Program-ODP (1978-2000s)**	**500,000**
IV.	**The AmerAsian Homecoming Program (1988)**	**100,000**
V.	**The Humanitarian Operation Program-HO (1989)**	**200,000**

NỐI KẾT BẢN THÂN:

Để hiểu biết rõ hơn về giai đoạn lịch sử Việt Nam đau buồn này em cần tìm những người quen trong gia đình và dòng họ đã rời khỏi Việt Nam theo một trong những chương trình nêu trên và nói chuyện để tìm hiểu. Em có thể bắt đầu với những câu hỏi trên trang 81. Ghi lại những gì em học được trên các trang sau.

PERSONAL CONNECTION:

In order to have a better understanding of the Vietnamese refugee experience of your family members, please look for people in your family circles who had escaped or left Vietnam through one of the programs mentioned above. Take time to talk and engage them in a conversation. You may want to use the questions and prompts on page 82 to begin the conversation. Record what you learn on the next pages.

IX. TRẠI TÙ CẢI TẠO – Chính Sách Trả Thù và Nhồi Sọ

Re-Education Camps – A Policy of Retribution & Indoctrination

Chính phủ Hoa Kỳ chấp nhận cho 140,000 người tị nạn Đông Nam Á nhập cư với tính cách tị nạn chính trị ngay sau khi Việt Nam rơi vào tay Cộng Sản. Tuy nhiên còn cả mấy trăm ngàn người đáng được tản cư nhưng đã bị bỏ rơi; họ là những viên chức trong chế độ Việt Nam Cộng Hoà và quân nhân của Quân Lực Việt Nam. Sau khi Cộng Sản Bắc Việt cưỡng chiếm và cai trị miền Nam Việt Nam Cộng Hoà, những người từng làm việc hoặc tham chiến cho chính phủ Việt Nam Cộng Hòa bị bắt vào tù mà Cộng Sản đặt tên là "Trại Cải Tạo." Thời gian bị tù tùy thuộc vào chức vụ hoặc cấp bậc quân đội của họ, từ vài tuần cho các hạ sĩ quan đến hơn 18 năm cho các cấp chỉ huy.

Trong thời gian bị giam, các tù nhân bị các áp lực tinh thần: tất cả bị buộc phải viết các bản "tự thú tội," liệt kê tất cả các việc làm mà dưới mắt Cộng Sản là sai lầm và trọng tội. Người nào không "kê khai" lý lịch và chức vụ chính xác, khi Cộng Sản tìm ra được thì bị phạt nặng. Các tù nhân còn bị đe doạ nếu không "tự sửa sai" nghĩa là "lên án" tất cả những điều gì họ đã tin và sống theo cho tới lúc đó, gia đình họ sẽ bị gặp thêm khó khăn và họ sẽ không bao giờ được "khoan hồng" để trở về với gia đình. Họ liên tục bị nghe tuyên truyền, nhồi sọ và buộc phải học thuộc lòng những bài bản và luận điệu sai trái, đi ngược với những gì chính họ đã "mắt thấy, tai nghe."

Song song với những áp lực tinh thần là những áp lực thể chất như bị di chuyển từ trại tù này qua trại khác tới các vùng đất xa xôi, hẻo lánh, "rừng thiêng, nước độc"; phải tự dùng sức lao động, xới đất khô cằn để trồng trọt nuôi sống bản thân; và bị giam trong những vùng khí hậu khắc nghiệt, ngày nóng cháy da, đêm lạnh thấu xương. Các tù cải tạo bị bóc lột sức lao động để khai phá rừng sâu, biến đất hoang thành đất trồng trọt tự nuôi sống; đập đá và chặt cây rừng để xây nhà tự giam cầm bản thân; và tư gia cho những kẻ quản thúc mình. Tất cả lao động với bàn tay trắng, thân thể ốm đói và không một vật dụng chuyên môn cần thiết. Cộng Sản tìm đủ mọi cách để áp đảo những người tù cải tạo, ngỏ hầu làm họ đánh mất sự tự trọng, tự quyết, và tính nhân bản của những con người đã sống trong chế độ Độc Lập Tự Do. Điều duy nhất giúp họ sống còn là niềm hy vọng mong manh có ngày gặp lại gia đình thân nhân.

Các tù nhân bị lao động cật lực nhưng không đủ ăn lại luôn luôn bị kiểm soát và bạo hành. Họ luôn sống trong sự lo âu và hồi hộp vì chung quanh có nhiều người "chỉ điểm" có thể hại họ bằng những lời báo cáo, vu khống nguy hiểm. Có một số người tuyệt vọng và đã tự kết liễu đời mình vì họ không tin là sẽ có ngày họ thoát ra khỏi "địa ngục trần gian" này. Nhiều người mắc phải các bịnh như sốt rét rừng, kiết ly, lao phổi, tiêu chảy, hoặc ngộ độc và chết rất mau vì thiếu dinh dưỡng và không thuốc men. Những người tìm cách trốn đi đều bị bắt lại một cách dễ dàng vì dân Bắc Việt đã bị nhồi sọ về những người tù cải tạo và sẵn sàng bắt nộp họ vào lại trại tù, đa số bị xử tử tại chỗ. Có những nơi tù nhân buộc phải đi gỡ mìn mà không có dụng cụ cần thiết nên số thương vong rất cao. Tất cả những yếu tố này làm nhiều tù nhân đã không sống sót được và các trại tù cải tạo này được các cơ quan bảo vệ nhân quyền biết đến như là Vietnam Gulag, tên gọi một hệ thống tù khủng khiếp của Liên Bang Sô Viết (1930-1955) nơi tù nhân bị đầy đọa đến chết.

Ông Nguyễn Huy Hùng là một vị Đại Tá trong Quân Lực Việt Nam Cộng Hoà, người đã trải qua và sống sót 13 năm tù trong các "trại cải tạo" từ Nam ra Bắc. Theo lời ông ghi lại trong cuốn hồi ký, sự đối xử vô nhân đạo và vi phạm tất cả các quy ước quốc tế về nhân quyền của tù binh là một chính sách của Cộng Sản Bắc Việt:

*Thoạt nghe "Lao động cải tạo tư tưởng", ai cũng cho là một chính sách vô cùng nhân đạo. Nhưng có là nạn nhân của chính sách, mới thấy nó độc ác tàn bạo vô nhân đạo gấp trăm ngàn lần chính sách xử bắn hay xử chém của Phong kiến, Thực dân cũ. Vì phương châm thực hiện của nó theo lời chỉ dạy của Hồ Chí Minh là : "-**Đừng giết chúng nó, hãy dùng chúng nó làm công cụ sản xuất cho Xã hội, bắt chúng nó làm cho chúng nó ăn, đầy đọa cho chúng nó chết lần chết mòn vì kiệt sức nơi rừng thiêng nước độc, thâm sơn cùng cốc, thì ai mà biết được."***

Recreated Re-Education Camp Prison
From the film: Journey from the Fall by Ham Tran (2006)

Vào đầu thập niên 1980 khi một số tù nhân bệnh nặng, gần chết, được Cộng Sản Bắc Việt trả về thuật lại và phổ biến sự thực về "Trại Cải Tạo" thì các tổ chức nhân quyền bắt đầu chú ý và tìm hiểu. Điều này tạo áp lực cho Chính Phủ Hoa Kỳ vì họ đã làm ngơ về số phận những đồng minh của họ. Mãi đến năm 1983, Tổng Thống Reagan và Quốc Hội Hoa Kỳ mới bắt đầu thương thảo với chính quyền Hà Nội để trả tự do cho những tù nhân cải tạo đang còn bị giam giữ. Lúc đầu, chính phủ Hà Nội đã lớn tiếng phủ nhận "*Việt Nam chúng tôi hoàn toàn không có tù nhân chính trị nào hết*!" Hội Hồng Thập Tự Quốc Tế đã tìm và thăm viếng được một số các trại tù cải tạo và xác nhận Việt Nam đang giam giữ hàng chục ngàn tù nhân chính trị. Sau đó Cộng Sản Bắc Việt mới bằng lòng thương thảo.

Một trong những tổ chức tranh đấu kiên trì và hiệu quả nhất cho việc thành hình chương trình trả tự do cho tù cải tạo Việt Nam là Hiệp Hội Gia Đình Các Tù Nhân Chính Trị Việt Nam tại thành phố Arlington, Virginia do Bà Khúc Minh Thơ thành lập năm 1977. Chồng bà Khúc Minh Thơ là một trong những tù nhân chính trị tại trại cải tạo ở Việt Nam lúc ấy và đã bị giam tổng cộng là 13 năm. Các hội viên khác là vợ, chồng, con cháu, bằng hữu và cựu chiến binh. Họ liên tục viết thư, gọi điện thoại, xin gặp mặt tất cả các viên chức Hoa Kỳ có thẩm quyền để vận động trong nhiều năm trời. Tổ chức này gom góp và đưa tất cả các tài liệu và dữ kiện cho các dân biểu và thượng nghị sĩ quốc hội Hoa Kỳ.

Năm 1987, hai thượng nghị sĩ cột trụ của Hoa Kỳ, **Edward Kennedy** (Dân Chủ) và **Robert Dole** (Cộng Hoà) đã đồng trình lên Quốc Hội Nghị Quyết 205, sau được đổi lại là Nghị Quyết 212, đề nghị lập ra chương trình Nhân Đạo (Humanitarian Program) để trả tự do cho tù cải tạo Việt Nam. Sau nhiều bàn thảo và sửa chữa, Hoa Kỳ đã chuẩn chi cho chương trình này vào ngày 30 tháng 7 năm 1989. Bắt đầu từ 1990, những người tù chính trị đã bị giam giữ tại các trại tù cải tạo trên 3 năm hội đủ điều kiện để cùng gia đình được sang định cư ở Hoa Kỳ.

Hoa Kỳ, sau cuộc nội chiến Nam-Bắc (1861-1895), **Tổng Thống Lincoln**, trong bài nói chuyện với toàn dân khi miền đã Bắc thắng miền Nam, xác nhận rằng sự đau khổ của hai bên như nhau và sự đổ máu của gần một triệu người trong chiến tranh là trách nhiệm của cả hai bên. Sau đó ông kêu gọi mọi người cùng tham gia kiến thiết quốc gia trong một tinh thần ***"không đố kỵ bất cứ ai và bác ái với tất cả" (With malice toward none, with charity toward all)***. Khi các tướng lãnh hỏi TT Lincoln nên đối xử thế nào với các quân nhân miền Nam, ông trả lời, "Hãy dễ dàng với họ!" Trọng tâm của TT Lincoln lúc ấy là tái lập quốc gia trong một tình huynh đệ, vươn lên và xóa bỏ hận thù để hai bên cùng xây dựng. Mặc dầu ông bị ám sát không lâu sau đó, Hoa Kỳ vẫn tiếp tục chính sách này, trở thành một đất nước giàu mạnh, tự do dân chủ, khắp nơi trên thế giới tìm đến.

Ngược lại tại Việt Nam, trong hơn hai thập niên sau khi cưỡng chiếm miền Nam Cộng Hoà, Cộng Sản Bắc Việt đã giam cầm, hành hạ thể xác và tinh thần của hơn 200,000 người thuộc chế độ Việt Nam Cộng Hoà. Trại tù cải tạo cuối cùng đã bị giải tán vào năm 1998. Tuy nhiên tới bây giờ, nhiều người vẫn còn cố gắng đi tìm hài cốt của hàng ngàn thân nhân đã chết và bị vùi thây trong các trại tù cải tạo khắp nơi trên đất nước Việt Nam.

Đạo Diễn Hàm Trần thực hiện cuốn phim này để nói lên sự thực của người Việt miền Nam sau ngày 30 tháng 4 năm 1975. Anh đã thu thập dữ kiện từ hàng trăm người Cựu Tù Cải Tạo và các thuyền nhân vượt biên để dàn dượng cuốn phim dựa theo các chi tiết này.

https://www.cinemawithoutborders.com/1245-ham%2C-kieu-%26amp%3B-long-talk-about-%26quot%3Bjourney-from-the-fall%26quot%3B%C2%9D/

https://fromtheintercom.com/journey-from-the-fall-review/

https://www.nytimes.com/2007/03/22/movies/23jour.html
https://www.international.ucla.edu/ccs/article/65736

SOURCES

- A family at last's related information | A refugee's journey – Vietnam to Australia (wordpress.com)
- Abraham Lincoln - Wikipedia
- Forced 'Reeducation' Camps Continue in Vietnam, Laos - The Washington Post
- Hồi Ký tù cải tạo của Đại Tá Nguyễn Huy Hùng K1 Võ Bị « (phunulamvien.org)
- How Many Refugees Were In The Vietnam War? – Janetpanic.Com
- http://www.jaas.gr.jp/jaas/2020/Ayako%20Sahara.pdf
- Https://Www.Ocf.Berkeley.Edu/~Sdenney/Vietnam-Reeducation-Camps-1982
- Re-Education Camp (Vietnam) - Wikipedia
- Sagan, Ginetta; Denney, Stephen (October–November 1982). "Re-Education In Unliberated Vietnam: Loneliness, Suffering And Death". *The Indochina Newsletter*.
- Sơn Trung Thư Trang: NGUYỄN HUY HÙNG * HỒI ỨC TÙ CẢI TẠO VIỆT NAM IV (Sontrung.Blogspot.Com)
- SURVIVING COMMUNIST 'REEDUCATION CAMP' - The Washington Post
- Vo, Nghia M. (2004). The Bamboo Gulag: Political Imprisonment In Communist Vietnam. Mcfarland & Co., Inc.
- What Happened To Vietnamese Refugees After The Vietnam War? - HISTORY

Phát triển Từ Vựng – Vocabulary Development:

Find the Vietnamese vocabulary words in the passages above that have the same meanings as these words in English:

1. Indochinese Refugees:
2. Political Refugee:
3. Deserving:
4. Left behind:
5. Officials:
6. Military personnel:
7. Vietnam Armed Force:
8. Seize:
9. Rule:
10. Fight:
11. Re-education Camp:
12. Prison:
13. Time/Length:
14. Depending:
15. The degree of importance:
16. Position:
17. Rank:
18. Leadership:
19. Prisoner:
20. Psychological Pressure:
21. Physical Pressure:
22. Self-Confession:
23. List:
24. Wrong-doing:
25. Crime:
26. Identity:
27. Position/Responsibility:
28. Accurately:
29. Punished harshly:
30. Threatened:
31. Self-correct/discipline:
32. Accuse:
33. Difficulty
34. Forgiven:

35. Return:
36. Continuously:
37. Indoctrinated:
38. Brainwashed:
39. Forced:
40. Memorize:
41. Contradicting:
42. "Saw with their eyes, heard with their ears":
43. Being moved:
44. Remote location:
45. Inhospitable:
46. Their own labor:
47. Dry earth:
48. Planting:
49. To feed themselves:
50. Severe weather:
51. Bitter cold:
52. Burning hot:
53. Exploited:
54. Deep forest:
55. Wasteland:
56. Self-imprison:
57. Private home:
58. Guard:
59. Labor:
60. Empty hands:
61. Starved body:
62. Needed Tools:
63. Oppress:
64. Self-respect:
65. Self-determination:
66. Humanity:
67. Indepent:
68. Freedom:
69. The only thing:
70. Faint Hope:
71. Reunite:
72. Depleted/Drained:
73. Controlled:

74. Abuse:
75. Worried:
76. Anxious:
77. Informant:
78. Report:
79. Accusation:
80. Dangerous:
81. Despaired:
82. Commit suicide:
83. "Hell on earth":
84. Malaria:
85. Tuberculosis:
86. Dysentery:
87. Poisoned:
88. Malnutrition:
89. Brainwashed:
90. Not hesitant/Ready:
91. Catch and Return:
92. Majority:
93. Executed:
94. Landmine removal:
95. Wounded & Kill:
96. Factors:
97. Survive:
98. Human Rights Watch Organization:
99. Experienced/Lived through:
100. Memoir:
101. Unethical/Immoral:
102. Violate:
103. International Agreement:
104. Prisoners Rights:
105. Pressure:
106. Ignore:
107. The Fate of their allies:
108. Negotiate:
109. Deny:
110. Absolutely:
111. International Red Cross:

112. Confirm:
113. Organization:
114. Fight:
115. Persevere:
116. Effective:
117. Founded:
118. Families of Vietnamese Political Prisoner FVPP:
119. Spouses:
120. Friends:
121. Former soldiers:
122. Write letters:
123. Make phone calls:
124. Request meetings:
125. Officials:
126. Authority:
127. Advocate:
128. Collect:
129. Submit:
130. Information:
131. Evidence:
132. Congressman/woman:
133. Senator:
134. Resolution
135. Discussion:
136. Edit:
137. Approve & Fund:
138. Civil War:
139. Admit:
140. Suffering:
141. Bloodshed:
142. Responsibility:
143. Participate together:
144. Rebuild:
145. Recontruction:
146. Brotherhood:
147. Generals:
148. Treat:
149. Easy:
150. Center/Focus:

151. Erasing/Let go:
152. Vengeance:
153. Assassinated:
154. Policy:
155. Dismantle:
156. Remains:

Hiểu Ý Bài – Reading Comprehension:

Based on the passage above, mark the following statements as TRUE of FALSE

T or F

_______ 1. The U.S. government evacuated all those who were in danger of being persecuted by the Communist in April 1975.

_______ 2. The evacuees included those who worked for the U.S. or South Vietnam government and those who fought in the war against communism.

_______ 3. The Communist sent people who fought in the war to the "Re-education Camp" to prepare them to live harmoniously in a Communist society.

_______ 4. People who attended the Re-education Camp were released after they learned all the Communist doctrines.

_______ 5. Self-Confession is a listing of all the evidence of alleged wrongdoings a person did or crimes they were accused to commit under the previous government.

_______ 6. Re-education camps were actually the prisons where the communist imprisoned all the people affiliated with the U.S. or the Republic of Vietnam government.

_______ 7. These Re-education camps gave military people from both sides a chance to work together to rebuild the country.

_______ 8. Camp attendees must denounce and admit that everything that they knew and did in the past as wrong and false.

_______ 9. The activities of the camps included indoctrination, forced self-confession, self-critique, and hard labor.

_______ 10. Camp prisoners were moved often to various unfamiliar, remote, isolate areas with severe weather.

_______ 11. Camp prisoners were given land and tools to grow their own food so they could not starve.

_______ 12. Camp prisoners received only basic medication for common jungle diseases such as malaria, beberia, dysentery, etc.

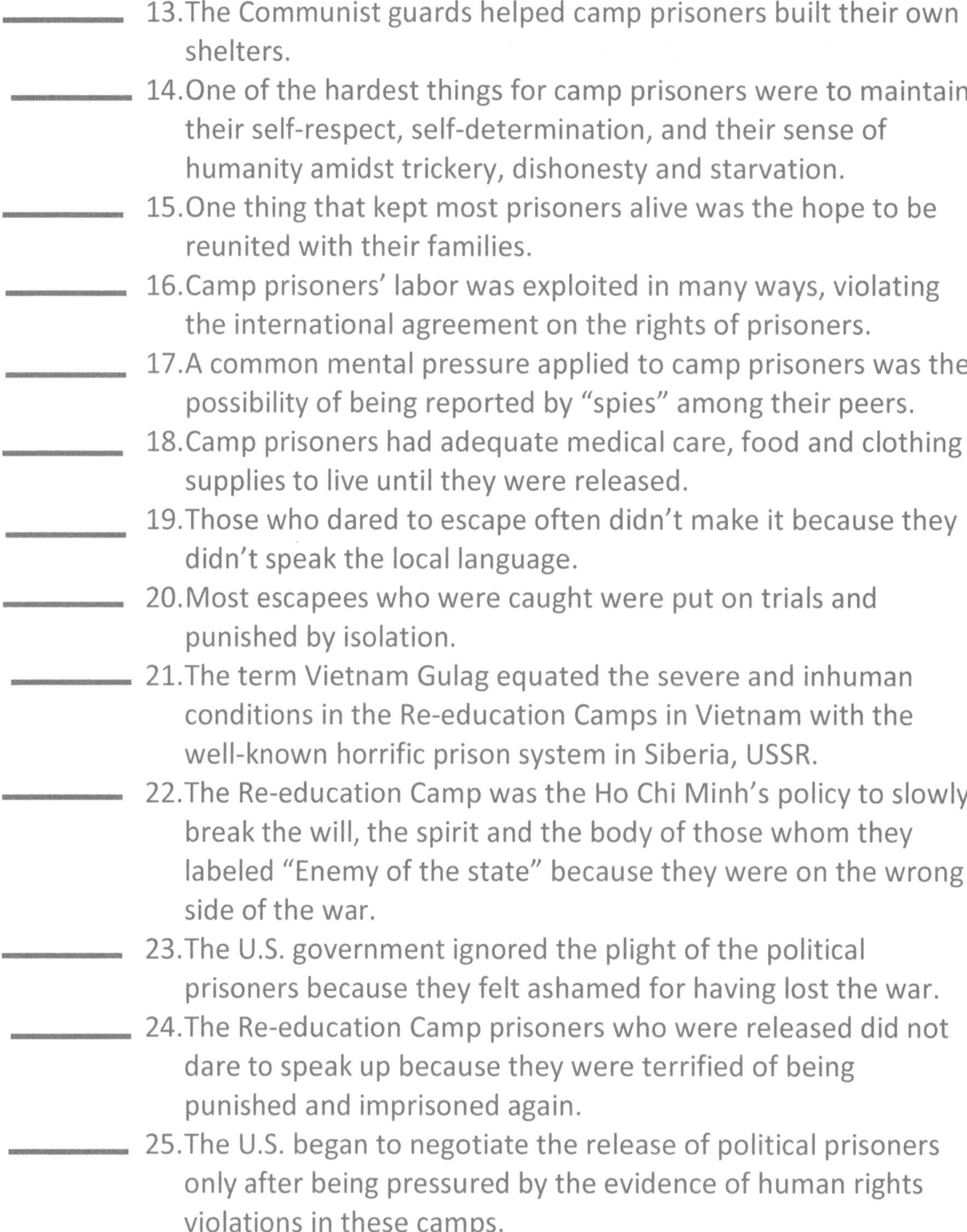

________ 13. The Communist guards helped camp prisoners built their own shelters.

________ 14. One of the hardest things for camp prisoners were to maintain their self-respect, self-determination, and their sense of humanity amidst trickery, dishonesty and starvation.

________ 15. One thing that kept most prisoners alive was the hope to be reunited with their families.

________ 16. Camp prisoners' labor was exploited in many ways, violating the international agreement on the rights of prisoners.

________ 17. A common mental pressure applied to camp prisoners was the possibility of being reported by "spies" among their peers.

________ 18. Camp prisoners had adequate medical care, food and clothing supplies to live until they were released.

________ 19. Those who dared to escape often didn't make it because they didn't speak the local language.

________ 20. Most escapees who were caught were put on trials and punished by isolation.

________ 21. The term Vietnam Gulag equated the severe and inhuman conditions in the Re-education Camps in Vietnam with the well-known horrific prison system in Siberia, USSR.

________ 22. The Re-education Camp was the Ho Chi Minh's policy to slowly break the will, the spirit and the body of those whom they labeled "Enemy of the state" because they were on the wrong side of the war.

________ 23. The U.S. government ignored the plight of the political prisoners because they felt ashamed for having lost the war.

________ 24. The Re-education Camp prisoners who were released did not dare to speak up because they were terrified of being punished and imprisoned again.

________ 25. The U.S. began to negotiate the release of political prisoners only after being pressured by the evidence of human rights violations in these camps.

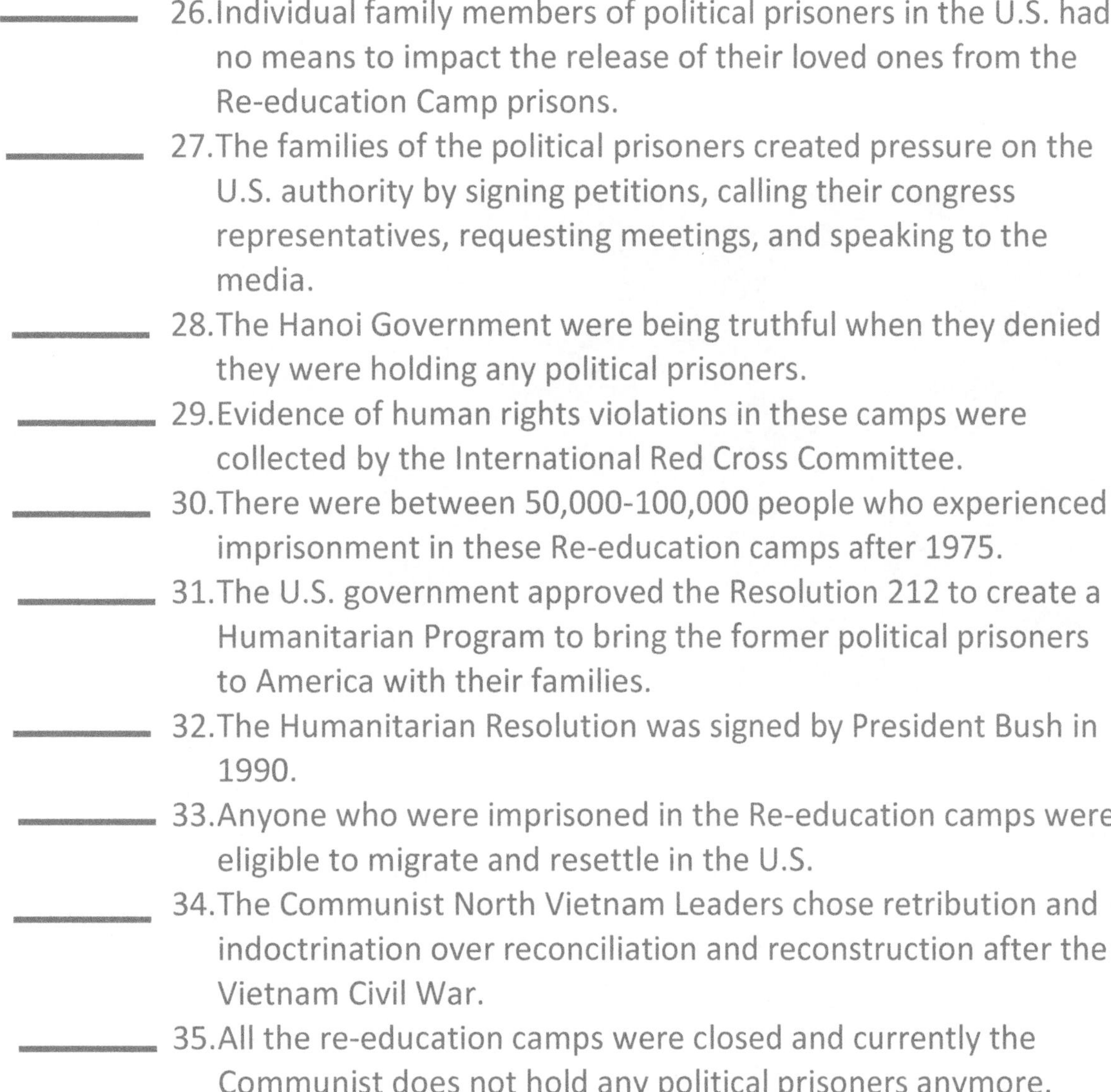

_______ 26. Individual family members of political prisoners in the U.S. had no means to impact the release of their loved ones from the Re-education Camp prisons.

_______ 27. The families of the political prisoners created pressure on the U.S. authority by signing petitions, calling their congress representatives, requesting meetings, and speaking to the media.

_______ 28. The Hanoi Government were being truthful when they denied they were holding any political prisoners.

_______ 29. Evidence of human rights violations in these camps were collected by the International Red Cross Committee.

_______ 30. There were between 50,000-100,000 people who experienced imprisonment in these Re-education camps after 1975.

_______ 31. The U.S. government approved the Resolution 212 to create a Humanitarian Program to bring the former political prisoners to America with their families.

_______ 32. The Humanitarian Resolution was signed by President Bush in 1990.

_______ 33. Anyone who were imprisoned in the Re-education camps were eligible to migrate and resettle in the U.S.

_______ 34. The Communist North Vietnam Leaders chose retribution and indoctrination over reconciliation and reconstruction after the Vietnam Civil War.

_______ 35. All the re-education camps were closed and currently the Communist does not hold any political prisoners anymore.

Tôi đi thăm chồng "cải tạo"

Minh Hòa -Virginia
2015.04.29

Tác giả Minh Hòa chụp cùng chồng năm 1971 tại Dalat.

Tháng tư năm 1975, đơn vị anh đóng quân ở Thủ Đức, chuẩn bị tử chiến với quân thù. Chú em chồng là sĩ quan chuyển vận tàu HQ505. Tàu ghé Sài Gòn để chuẩn bị đi công tác Phú Quốc. Chồng tôi bảo cả gia đình, gồm Thầy Mẹ, các chú và cả mẹ con tôi, xuống tàu đi Phú Quốc lánh nạn chiến sự, rồi khi yên sẽ lại trở về. Tôi tưởng anh cũng định ra đi, nhưng anh quắc mắt nói tại sao anh lại phải bỏ đi lúc quân lính của anh vẫn còn chưa nao núng, "bọn nó làm gì thắng nổi khi cả Sư Đoàn Dù đầy đủ bung ra phản công, cho nó ăn một cái Mậu thân nữa thì mới hết chiến tranh, quân Dù đánh giặc một chấp bốn là thường, còn trận cuối này là xong." Anh hăng say như sắp xung trận, nhưng rồi anh quay lưng lại, run giọng bảo tôi hãy bế con theo xe của ông anh ra bến tàu. Đến nước đó tôi không còn gì sợ hãi, ôm con nhảy xuống, nhất định đòi ở lại. Vợ chồng sống chêt có nhau...

Ba lần toan vượt thoát từ đầu đến giữa tháng 5 đều thất bại não nề. Anh lên đường đi trại tập trung vào tháng 6, khi tôi đang mang bầu cháu thứ nhì... Bé Dung ưỡn người đòi theo bố. Anh quay lại, vẫy tay cười với mẹ con tôi. Vẫn nụ cười ấy, anh vẫn chẳng nệ âu lo sống chết là gì, nhưng còn mẹ con em, anh ơi??? ...

Gia đình nhà chồng tôi thiệt có phước, hầu hết đã theo tàu HQ505 đi Phú Quốc rồi sang Mỹ, kể từ hôm tôi ôm con ở lại với chồng. Gia đình tôi từ Đà lạt chạy về Sài Gòn, sống chen chúc quây quần đùm bọc lẫn nhau. Hàng quán của gia đình chồng tôi bị tịch biên hết. Tôi nhất định giữ chặt ngôi nhà của cha mẹ chồng để lại, đuổi mấy cũng không đi. Chị ruột tôi bỏ dần vốn ra mua được ngôi nhà khác, vì ông chồng ôm vợ bé chạy mất, nhà cửa xe cộ bị tịch biên hết. Tôi và các anh chị em tôi chạy vạy đủ điều để lo sinh kế, nuôi con thơ cha già mẹ yếu. Chồng tôi mịt mù tăm tích, chỉ có đôi ba lá thư viết về từ trại Long Giao. Lên Long Giao cũng không gặp. Anh bị đưa ra Bắc.

Năm đó tôi tròn 25 tuổi, dung nhan tuy tiều tụy nhưng vẫn khiến nhiều kẻ phải suýt soa dòm ngó. Biết bao người mai mối thì thầm bên tai tôi, thôi hãy lo cuộc đời mới, sĩ quan ngụy đi Bắc chẳng có ngày về... Bao nhiêu nỗi khổ đau dồn nén đột nhiên bùng nổ. Tôi vùng lên như một con cọp cái: bác thử nghĩ coi cả bọn cả lũ tụi nó đó có đáng xách dép cho chồng tôi không!!! Rồi ba mẹ con tôi ôm nhau khóc vùi trong tủi hận.

Không, không, một ngàn vạn lần không. Quanh tôi chỉ còn toàn rác rưởi. Vâng, những người đàn ông ở miền Nam mà đang đi tù Cộng Sản mới là những người xứng đáng với đàn bà con gái miền Nam ở lứa tuổi tôi. Chị em chúng tôi gọi đó là "tấm bằng tù cải tạo" của các ông để chọn gửi cuộc đời, dù là trao gửi vào một nơi bất định.... Còn gì nữa mà chọn lựa! Thà vậy, đành thôi. Tôi đã là vợ anh, tôi vẫn tôn thờ anh trong tim óc, làm sao khỏi lợm giọng trước bọn người lường lọc, bướm ong, hèn hạ ... Chị em tôi buôn bán từ thuốc lá đến bánh cuốn, bánh ướt, bánh mì, thuốc tây, thuốc nam, kiêm luôn cắt chải gội uốn tóc, làm móng tay ... nhưng luôn tránh chỗ công quyền và nơi phồn hoa nhan nhản những con mắt hau háu của bọn ăn cướp và bọn trở cờ. Mấy anh chị em tôi đồng lòng, đùm bọc lẫn nhau, nên áo rách nhưng một tấm lòng son tôi vẫn vẹn với câu thề...

Vượt qua được thời gian khó khăn cực khổ nhất lúc ban đầu, sau ba mẹ con tôi được gia đình chồng từ Mỹ chu cấp, tuy không dư dả nhưng cũng đủ gửi quà ba tháng một lần, rồi lại dành dụm cho môt chuyến thăm nuôi....

Anh từ miền cực bắc bị đưa về Thanh Hóa chừng một năm, thì tôi xin được giấy phép đi thăm nuôi. Tôi và chị tôi chạy đôn chạy đáo mua đủ một trăm năm chục ký quà để tôi đem ra Bắc cho chồng. Bà cụ buôn bán quen ngoài chợ lại nhờ đem thêm năm chục ký thăm dùm con trai, vì con dâu cụ đã vượt biên. Cháu Dung đã lên 6, em Long nó 4 tuổi và chưa lần nào thấy được mặt cha. Tôi đem cả hai con đi cho anh gặp đứa con trai.

Xuống ga Thanh Hóa, cả đoàn quân khuân vác vây quanh gọi mời giục giã. Tôi và mấy chị cùng thăm chồng chia nhau giữ chặt hàng hóa không cho ai khiêng vác, rồi tự mình kéo lê kéo lết đi thuê nhà trọ. Có người đã đi về kể rằng cứ sơ ý là bị vác hàng chạy mất. Chúng tôi cũng phải chia nhau ở lại nhà trọ coi chừng hàng và đi chợ. Tôi nhờ một chị mua thêm được ký mỡ, về rang tóp mỡ ngoài sân nhà trọ. Nghe con khóc, tôi vội vã chạy vô nhà. Chưa kịp dỗ con thì nghe tiếng ồn ào. Quay ra, hai kẻ cắp đã bưng chảo tóp mỡ ù té chạy, chị bạn rượt theo không kịp. Tôi khóc thầm tiếc hoài, cứ nghĩ những tóp mỡ kia đáng lẽ đã giúp chồng mình đỡ bao đói khát.

Xe đò đi Thanh Cẩm chật ních những bà thăm chồng. Chúng tôi năm người lớn và hai cháu xuống ngã ba Nam Phát để vô Trại 5. Tôi lê từng bao hàng rồi lại quay lui kéo lê bao khác, chừng hơn nửa cây số mới đến trạm xét giấy tờ vào trại, hai cháu còn quá nhỏ chẳng muốn chúng đụng tay . Cô Út thiệt giỏi, xong phần mình lại xông xáo giúp hết người nọ tới người kia.

Xong giấy tờ, chờ một lát thì một người tù hình sự đánh xe trâu đến. Hàng hóa và hai con tôi được lên xe trâu, tôi và chị Phước, chị Điệp cùng hai mẹ con cô Út lẽo đẽo theo sau. Đường đi xuyên trại xuyên rừng dài tám cây số. Chúng tôi chưa biết lúc trở ra mới càng thê thảm.

Chân tay rã rời, tới chiều tối mới thấy cổng trại 5 Lam Sơn. Đêm xuống bé Dung còn phải phụ tôi gom lá mía cho tôi vội nấu hết gạo thành cơm, nắm lại từng vắt, vì nghe nói công an không cho tù chính trị đem gạo sống vô, sợ các anh âm mưu trốn trại. Đêm chờ sáng để thăm chồng, nhìn hai con thơ ngây ngủ say sưa vì mỏi mệt, tôi rời rã vô cùng nhưng không sao ngủ được. Hằng trăm hình ảnh chồng tôi nhảy múa trong đầu... Chồng của tôi, người lính dù hăng hái húyt sáo mỗi khi nhận lệnh hành quân ấy, nay đã ra sao???

Sáng, đến lượt ra nhà thăm nuôi ngong ngóng chờ chồng, tôi không được phép ra khỏi cửa căn buồng nhỏ xíu, kê một bàn gỗ dài và hai ghế băng dọc hai bên. Đột nhiên một ông lạ hoắc đứng lù lù ngay cửa. Tôi ngỡ ngàng chưa biết điều gì. Cô nữ công an nhìn chòng chọc, hằn học, đợi chờ như con gà chọi sắp tung đòn. Tôi không thể hiểu người con gái Bắc cỡ cùng tuổi tôi kia thù hằn tôi điều gì. Tôi ngó lại, lát sau cô ta coi sổ xong, mới nói đây là anh Đức mà bà cụ nhờ tôi đi thăm dùm. Mất nửa tiếng giao quà và kể chuyện gia đình cho anh Đức nghe, tôi được biết chỉ còn một tiếng rưỡi gặp chồng. Thế là tôi bắt đầu ôm mặt khóc, càng lúc càng nức nở vì tủi cực, không thể nào cầm được. Trên thế giới này có ai phải lặn lội hằng ngàn cây số để chỉ được gặp chồng có một giờ ba mươi phút không hả Trời?!!

Hai cô công an lớn tiếng dọa dẫm, những là phải động viên học tập tốt, không lau sạch nước mắt thì không cho ra thăm... Nhưng kìa, ai như chồng tôi vừa bước ra khỏi cổng trại. Tôi không còn nhớ quy định luật lệ gì nữa, vùng đứng dậy chạy nhào ra như một tia chớp. Hai đứa nhỏ vừa khóc vừa chạy theo. Hai công an nữ bị bất ngờ không cản kịp, đứng nhìn.

Tôi chạy tới ôm anh, và càng khóc dữ, đôi chân khuỵu xuống, không còn sức lực. Trời ơi, chồng tôi ốm yếu đến nỗi tôi ôm không trọn một vòng tay. Người anh nhỏ thó hẳn lại, chỉ có đôi mắt sáng với tia nhìn ngay thẳng là vẫn hệt như ngày nào, nhưng nay đượm nét u buồn khiên tôi đứt ruột. Anh vẫn không nói được lời nào, chỉ bặm môi nhìn tôi nhìn con thăm thẳm. Tôi biết anh đang cố trấn tĩnh, vì không muốn rơi nước mắt trước mặt công an. Anh dìu tôi và dắt con trở vào nhà thăm nuôi. Anh nắm chặt tay tôi, đưa vào chiếc ghế băng. Cô công an lạnh lùng chỉ anh bước sang chiếc ghế đối diện, rồi ngồi sừng sững ở đầu bàn, cứ chăm chăm nhìn vào sát tận mặt tôi. Anh khuyên tôi ở nhà ráng nuôi dạy con cho giỏi. Rồi thật nghiêm trang, anh bảo tôi phải đưa con đi vùng kinh tế mới, về tỉnh Mỹ Tho chỗ bác Chánh với chú Cương và cô Huyền đã tự nguyện đi khai hoang rồi, đang chờ vợ chồng mình lên lao động sản xuất. Tôi hơi sững sờ, rồi chợt hiểu, đang khóc lại suýt bật cười hân hoan, khi thấy nét khôi hài tinh anh của chồng tôi vẫn còn nguyên vẹn. Bác Chánh là tên gọi của Thầy Mẹ chúng tôi, chú Cương và cô Huyền chính là chú Cường, chú em chồng đã đưa cả nhà xuống tàu HQ 505 đi lánh nạn. Cô công an có vẻ rất đắc ý, nhắc tôi:

- Chị phải nói gì động viên anh ý đi chứ.

Anh nhìn mắt tôi, cười thành tiếng. Tôi chợt cười, nhưng lại chợt giận hờn.

Tôi cúi mặt giận dỗi:

- Em không đi đâu hết, em chờ anh về đã rồi muốn đi đâu cũng được ...

Tôi lại khóc, hai tay nắm chặt tay anh, chỉ sợ phải xa rời. Cô công an cứ quay nhìn hết người nọ đến người kia, lên tiếng:

- Chị này hay nhỉ! Phải đi kinh tế mới, lao đông tốt thì anh ấy mới chóng được khoan hồng chứ! Trại giáo dục anh ý tiến bộ thế đấy, còn chị thì cứ.... Chỉ được cái khóc là giỏi thôi!!

Anh không nhịn được, lại cười khanh khách và nói:

- Đó em thấy chưa, cán bộ ở đây ai cũng tiến bộ như vậy hết, em phải nghe anh mới được... Em cứ thấy anh bây giờ thì biết chính sách Nhà nước ra sao, cũng đừng lo gì hết, ráng nuôi dạy con cho nên người đàng hoàng đừng học theo cái xấu, nghe...

Tôi dở khóc dở cười, chỉ nắm chặt tay anh mà tấm tức, dỗi hờn. Anh gọi hai con chạy sang ngồi hai bên lòng. Cô nữ công an do dự, rồi để yên, lại tiếp tục nhìn sững vào mặt tôi. Anh ôm hôn hai cháu, nói chuyện với hai cháu. Đôi mắt chúng tôi chẳng nỡ rời nhau. Mắt tôi nhòa lệ mà vẫn đọc được trong mắt anh những lời buồn thương da diết. Tội nghiệp hai con tôi đâu biết chỉ được gần cha trong giây lát nữa thôi.

Tôi như một cái máy, vừa khóc vừa lay lay bàn tay anh, nhắc đi nhắc lại, em sẽ đợi anh về, anh đừng lo nghĩ gì nghe, em sẽ đợi anh về, em nhất định đợi anh mà.. anh về rồi mình cùng đi kinh tế mới... anh ráng giữ gìn sức khỏe cho em và con nghe... Em thề em sẽ đợi anh về.... Em không sao đâu... Anh đừng lo nghĩ, cứ yên tâm giữ gìn sức khỏe nghe, em thề mà, anh nghe...

Tôi chợt thấy chồng tôi nhòa nuớc mắt. Cô công an lúng túng đứng dậy, bỏ ra ngoài nhưng lại trở vào ngay, gõ bàn ra hiệu cho người ở ngoài. Người nữ công an kia chẳng biết núp ở đâu, lập tức xuất hiện, báo hết giờ thăm... Vợ chồng tôi lại ôm chặt nhau ở đầu bàn bên kia ngay trước cửa phòng, bất chấp tiếng gõ bàn thúc giục. Anh nắm chặt hai bàn tay tôi, chỉ nói được một câu:

-Anh sẽ về đưa em và con đi, không thể quá lâu đâu, đừng lo nghe, cám ơn em ... đã quyết đợi anh về... Rồi anh nghẹn ngào...

Tôi bị ngăn lại ngay cửa nhà thăm nuôi, cháu Dung chạy ù theo cha, cu Bi nhút nhát đứng ôm chân mẹ cùng khóc . Tôi ôm cây cột gỗ nhìn dáng anh chậm chạp bước tới hai cánh cổng gỗ to sầm, mà không thể nào ngưng tiếng khóc.

Anh ngoái đầu nhìn lại hoài, bước chân lảo đảo, chiếc xe cút kít một bánh mấy lần chao nghiêng vì hàng quá nặng...

Sáng hôm sau tôi như người mất hồn. Các chị bạn cũng chẳng hơn gì . Mấy chị em và bà bác dắt díu nhau ra, mới biết không được về lối cũ, mà phải đi vòng bên ngoài trại cả gần hai chục cây số nữa để trở lại chỗ ngã ba Nam Phát.

Đường xuyên rừng, rồi lại ra đồng trống, nắng hanh chang chang như muốn quật ngã ba mẹ con tôi. Cu Bi mệt lắm, có lúc ngồi bệt xuống, áo quần mồ hôi ướt nhẹp. Tôi phải đứng giữa nắng đem thân mình che nắng cho hai con, dỗ dành chúng, rồi lại bế cu Bi, lầm lũi bước thấp bước cao. Bà bác và hai chị cùng cô Út cứ phải đi chậm lại chờ mẹ con tôi. Bao nhiêu cơm gạo đã giao cho chồng hết, chúng tôi không còn gì ăn uống. Dọc dường mua được mấy cây mía, tôi róc cho các con ăn cho đỡ đói. Hai đứa không khóc lóc một lời. Bé Dung thiệt ngoan, luôn miệng dỗ em cố gắng. Bụng đói, chân mỏi rã rời trong lúc chiều cứ xuống dần. Đám người lang thang trong những cánh rừng tre nứa âm u, trên miền đất không một chút tình thương. Ai cũng lo sợ, dớn dác nhìn trước ngó sau, tự nhiên túm tụm lại mà đi, càng mệt lại càng như muốn chạy. Tôi bế cu Bi, mỏi tay quá lại xoay ra cõng cháu, vừa mệt vừa đói vừa sợ, lếch thếch vừa đi vừa chạy, không biết sẽ ngã gục lúc nào. Cháu Bi nhìn thấy mẹ mệt quá, đòi tuột xuống, rồi lại hăng hái tiến bước. May sao, đến hơn 6 giờ chiều, trời gần tối hẳn, thì trở lại được ngã ba Nam Phát. Hai công an dắt xe ra đạp về nhà, dặn chúng tôi ở đó đón xe đò ra Thanh Hóa.

Đám người ngồi bệt xuống bên đường. Lâu lắm mới có một xe chất đầy người chạy qua, nhưng đều chạy thẳng, không ngừng. Đã hơn chín giờ đêm. Dáng cô Út cao mảnh rắn chắc đứng vẫy xe in lên nền trời đêm đầy sao như một pho tượng thần Vệ Nữ. Một xe lớn có hai bộ đội chở đầy tre nứa, từ xa chiếu đèn pha sáng lòa trên dáng người con gái đảm đang ấy, từ từ dừng lại. Chúng tôi xúm lại hứa trả thật nhiều tiền, rồi bà bác cùng hai con tôi được lên ngồi ca bin, còn tôi với hai chị và cô Út đẩy kéo nhau leo lên ngồi nghiêng ngả trên tre nứa, tay bám, chân đạp chặt vô thành xe, qua năm tiếng đồng hồ trên con đường đất dằn xóc kinh hồn, nhiều lần tưởng đã văng xuống đất. Hai bộ đội tử tế, không lấy tiền, chỉ ăn hai tô cháo lòng mà chúng tôi mời mãi. Ra đến Thanh hóa là hai giờ sáng. Các chị đi thăm chồng xuống tàu đêm thật đông, thăm hỏi tíu tít, trả lời không kịp. Khi ấy sao mà chị em chúng tôi thương nhau quá sức.

Vé về Nam không có, phải mua vé ra Hà Nội rồi mới đi ngược trở về. Đêm hôm sau mới đến ga Hàng Cỏ, mấy bà con ra đường đang ngơ ngác thì các chị đằng xa đã đôn đáo vẫy chào, kéo chúng tôi tới chỗ... lề đường, đầy những chiếu với tấm ni lông, nơi tạm trú mà các bà "vợ tù cải tạo" gọi là... Hotel California.

Vâng, chúng tôi nghiễm nhiên nhận chồng chúng tôi là "các ông cải tạo" như người miền Nam vẫn kêu với tấm tình trân quý, để phân biệt với những người tù hình sự. Cho nên danh từ thường đi theo với ý nghĩa nào mà người ta hiểu với nhau, không còn giữ được nguyên cái nghĩa mà nó được đặt cho vì mục đích chính trị sâu xa.

Ngủ lề đường nhưng chẳng ai thấy khổ, vì gần nhau thấy ấm hẳn tình người đồng cảnh. Các chị em thì thầm trò chuyện suốt đêm, kẻ thì khóc rấm rứt, người lại cười khúc khích. Tôi vừa ôm con ngủ gật vừa quạt muỗi cho hai cháu, hình ảnh chồng tôi quay cuồng mãi trong đầu, khi anh nói, khi anh cười, lúc anh đầy nước mắt... Sau những nguồn cơn cực nhọc và xúc động mạnh này, về nhà tôi bị thương hàn nhập lý, rụng hết mái tóc dài, gần trọc cả đầu, tôi đã trối trăn cho bà chị nuôi dạy hai cháu, tưởng không còn được thấy mặt chồng tôi lần nữa...

...Chín năm sau, đúng ngày giỗ đầu Ba tôi, anh đột ngột bước vô nhà. Tôi suýt té xỉu vì vui mừng, cứ ôm chặt anh mà.. khóc ngất. Anh cười sang sảng:

- Cái chị này chỉ được cái khóc là giỏi thôi, phải động viên cho chồng đi sang Mỹ đi chứ ... Hà hà..

'Cu Bi' và cha mẹ, ngày cưới vợ, 04-2009
Family picture

Các chị em tôi từ Đà Lạt tất bật xuống thăm. Vừa xong ngày đám giỗ thì cả nhà đã vui như hội. Tất nhiên tôi là người mừng vui nhất....

Hạnh phúc đã trở về trong vòng tay tôi. Tôi sẽ ôm thật chặt lấy nguồn hạnh phúc này, không bao giờ để cho đi đâu xa mất nữa...

Tôi đi thăm chồng "cải tạo" — Tiếng Việt (rfa.org)

Câu chuyện 'Thủy Chung' của người vợ lính VNCH

Posted by BIENXUA on OCTOBER 8, 2020

Xin thuật lại đây câu chuyện người viết được nghe từ lâu về hành động quả cảm của một người vợ lính VNCH có chồng bị Cộng sản bắt đi tù 'Cải tạo' tại miền Bắc như sau :

Vào khoảng năm nào, tôi không còn nhớ rõ (có lẽ 1983 hay 1984 gì đó), lúc còn ở tại VN (Sài-Gòn) , trong một lần đến chơi nhà người bạn thơ Trần Thiện Hiếu (hiện đang ở Sydney – Úc Châu), tôi gặp ông Hà Thượng Nhân và một người nữa vừa được Cộng sản trả tự do sau thời gian bị tù gọi là 'bị Học tập cải tạo'. Lúc bấy giờ ông Hà Thượng Nhân chưa biết tôi. Trong buổi hôm đó, tôi được nghe người cùng đi với ông Hà Thượng Nhân kể lại câu chuyện như sau :

« Có một ông Thiếu Tá bị đưa đi tù tận miền Bắc. Lúc được cho phép gia đình tiếp tế, thăm nuôi, vợ ông Thiếu Tá ra thăm ông, thấy chồng tiều tụy, gầy guộc, ốm o, bệnh hoạn. Năm sau, Bà lại ra thăm nuôi chồng nhưng không được gặp. Bà hỏi thì quản giáo bảo là 'không biết'. Bà nổi sùng lên bảo : ''*Chồng tôi năm trước còn ở đây, sao bây giờ, các ông bảo là 'không biết' ?Như thế, một là chồng tôi bị chuyển sang một trại khác, hai là chồng tôi đã chết hoặc chồng tôi trốn trại bị bắn chết hay đã thoát rồi, như vậy, các ông phải biết chứ ?*''.

Người quản giáo vẫn bảo :''*Chồng bà không có ở đây*''. Bà tức giận, lớn tiếng hỏi mãi, cuối cùng, quản giáo nói là ''*chồng bà chết rồi*''. Bà lại hỏi : ''*Chồng tôi chết, tại sao chết, chết thì chôn ở đâu ?*''. Do dự mãi, lát sau, quản giáo cho biết mộ chồng bà ở phía sau trại giam. Bà ta lân la hỏi các người tù đang đi lao động, được biết chồng bà bi đau rồi chết và chỉ chỗ chôn. Bà ta tìm đến mộ chồng, giở đồ tiếp tế bày ra, cúng chồng. Đêm đó, Bà ở lại ngủ bên mộ chồng. Quản giáo ra đuổi bà đi thì Bà nói to lên : ''*Sao các ông tàn nhẫn, không cho người vợ được ngủ bên mộ chồng mình sao ? Có luật pháp nào cấm việc đó không ?*''. Thấy Bà cương quyết quá, quản giáo đành làm ngơ. Sáng ra, Bà phân phát các thứ tiếp tế cho các bạn tù lao động gần đó rồi bẻ một nhánh cây cắm trước mộ chồng, nhổ một ít tóc treo vào nhánh cây đó.

Năm sau, Bà lại lặn lội, đem theo thực phẩm tiếp tế ra thăm chồng lần nữa. Quản giáo bảo : ''*Chồng Bà chết rồi, sao Bà còn thăm nuôi, tiếp tế làm gì nữa ?*''. Bà bảo : ''*Tôi thương, tôi nhớ chồng tôi, xin các ông cho phép tôi được ngủ bên chồng tôi lần nữa*''. Quản giáo ngạc nhiên, biết ngăn cản cũng khó vì ngại Bà lại lớn lời như trước nên đành chịu. Như lần trước sáng ra, Bà dựng lại nhánh cây năm trước đã bị ngã xuống đất, cắt một nắm tóc buộc vào (nắm tóc năm trước đã bay đi hết, chỉ còn đôi sợi lẫn vào trong đất) rồi ra về.

Năm thứ ba, Bà lại ra thăm nuôi chồng. Quản giáo hỏi : ''*Đã hai lần rồi, Bà còn ra thăm nuôi người chết sao ?*''. Bà bảo : ''*Tôi còn trẻ, lần nầy, tôi ra xin ngủ với chồng tôi lần thứ ba để 'đoạn tang'* chồng, như thế cho trọn nghĩa phu thê, tôi mới có thể bước đi bước nữa sau nầy. Xin quản giáo cho cho phép tôi được toại nguyện, đây là lần chót...''. Quản giáo có lẽ cảm động ít nhiều, đồng ý. Bà lại ra ngủ bên mộ chồng lần thứ ba, thắp nhang, đốt nến. Vào khuya, Bà mở túi xách, lấy một cái xẻng nhỏ cùng túi nylong, đào mộ, hốt ít xương cốt chồng, bỏ vào túi nylong, đổ formol vào rồi mang túi xác chồng lần ra lộ. Bị cán bộ bắt được, quản giáo bảo bà phải bỏ túi nylong đó lại.

Bà bảo : ''*Chồng tôi chết rồi, có gì các ông phải lo ngại. Tôi đem xương cốt chồng tôi về thờ cho trọn nghĩa thủy chung, điều nầy có gây khó khăn gì cho các ông đâu ? Tôi có lấy chồng khác thì tôi cũng thấy trọn nghĩa với chồng trước và người chồng sau của tôi càng kính trọng tôi thêm*''.Quản giáo nhất định bắt Bà phải để túi nylong xác chồng lại rồi mới cho Bà đi.

Bà tức tối, la lớn :''*Đời thuở nhà ai, vợ hốt cốt chồng lại bị ngăn cấm ! Đươc, tôi gởi túi xác chồng tôi nơi đây, các ông phải giữ kỹ. Tôi sẽ về Hà-Nội, gỏ cửa các quan lớn, hỏi cho ra lẽ. Có phép nào, có luật nào không cho vợ được giữ hài cốt của chồng mình, thờ phụng không ? Chuyện gì xảy ra thì các ông phải chịu trách nhiệm*''. Thấy sự việc gây cấn, biết người đàn bà nầy sẽ làm lớn chuyện, có thể không hay nên quản giáo đành để Bà đi nhưng cho một cán bộ đi theo Bà ra đến lộ, ngăn cấm tất cả mọi loại xe : xe đò, xe hàng, xe ôm, xe đạp, cả xe chở củi, không cho chở Bà. Thế là Bà cuốc bộ hàng chục cây số, len lỏi đến nhà ga Hàng Cỏ, hối lộ nhân viên trên tàu, leo lên xe lửa, len lỏi qua bao nhiêu toa, rốt cuộc sau bao ngày về đến Sài-Gòn ».

Câu chuyện 'Thủy Chung' của người vợ lính VNCH – biển xưa (wordpress.com)

NỐI KẾT BẢN THÂN:

Bất cứ một gia đình Việt Nam tị nạn nào cũng có, hoặc quen biết, một hai người đã từng là "Tù Cải Tạo"- đã từng bị giam cầm và trải qua những năm tháng trong ngục tù Cộng Sản. Những kinh nghiệm cay đắng này có lẽ vẫn hằn sâu trong ký ức, và ít khi nào họ muốn nhớ lại. Do đó, để có dịp học hỏi, thông cảm và ghi lại những trải nghiệm này, em hãy để ý những điều sau đây:

- Tạo một mối tình thân trước. Em nên tạo dịp đến gặp gỡ, thăm hỏi, quan tâm và kể cho họ nghe những gì em đang làm, đang muốn tìm hiểu và đang cố gắng học để ghi lại.
- Em có thể mời họ xem phim **Journey from the Fall – Vượt Sóng** với em để họ có dịp nói một cách gián tiếp về những gì họ đã trải qua.
- Em có thể hỏi họ về những kỷ niệm đẹp về đời sống quân ngũ của họ.
- Khi em cảm thấy có sự thông cảm rồi, em dùng những câu hỏi gợi ý trong bài số 7 & 8 trước khi em xin họ kể những gì họ đã sống qua trong các trại tù cải tạo.
- Trong lúc nói chuyện, em hãy để ý đến nét mặt và cử chỉ cũng như giọng nói và cảm xúc thể hiện qua ánh mắt. Dựa theo các cảm xúc đó, em có thể bày tỏ những cử chỉ an ủi, thương cảm bằng cách nắm tay, vỗ hoặc xoa lưng, choàng vai, v..v...Có những lúc em nên ngưng cuộc nói chuyện và làm quen với khoảng trống và sự im lặng trong lúc đó.

- Em đừng áy náy - khi những người có những ký ức đau đớn mà kể ra được, nhất là khi họ biết người nghe đang đón nhận một cách trân trọng, tâm hồn họ sẽ bớt gánh nặng.
- Em cũng nên tìm những người phụ nữ đã trải qua cảnh đi thăm nuôi chồng đang lúc bị giam cầm trong các trại tù cải tạo. Vai trò họ rất quan trọng. Nếu không có sự hy sinh và trung thành của những người phụ nữ can đảm này, số tử vong của những người tù cải tạo chắc chắn sẽ cao hơn. Em hãy đọc hai câu truyện về hai người vợ đi thăm chồng ở trại tù cải tạo trang trước.

. PERSONAL CONNECTION:

In any Vietnamese refugee extended family, there is at least a few members or acquaintances who were former Re-education Camp prisoners. They had experienced the horrors of being imprisoned, indoctrinated and forced to labor. These difficult memories were ingrained in their brain but few would wish to recall them. Therefore, in order to hear, learn, empathize, and record these stories, you must pay attention to the following:

- First, build a comfortable relationship with the person. Create opportunities to visit regularly, to pay attention to their well-being and interests, and to share yours as well.
- Converse with them of your endeavor, what you're trying to learn and make sense of in regards to your family history and the Vietnam War.
- You may want to invite them to view the film **Journey from the Fall – Vượt Sóng** to give them an opportunity to tell their story objectively by commenting on the film's incidents.
- You may want to ask them about their life in the South Vietnam armed forces – what happy memories they have.
- When you feel that a genuine relationship has been established, you may use the questions in Chapters 7 & 8 to start the conversation before entering into the topic of Re-education Camp prison.
- When engaging in a conversation with them, pay attention to their facial expressions and body language as well as their voice and the emotions expressed in their eyes. Based on what emotions you perceive, you may show consolation, empathy or support by holding their hands, tapping their back or hugging their shoulder, etc. There are times when you

should halt the conversation and learn to be comfortable with the silent space at that moment.

- Don't be concerned when witnessing emotions that reflect suffering or distress. People who could narrate their heart-breaking stories to another, especially when they know the receiving person treasures them, their soul is less burdensome and they may experience a healing process.

Read the two stories about the two wives who visited their husbands in the Re-educational camp prisons on previous pages. Without the great sacrifices and loyalty of these courageous women, the rate of survival among these prisoners would be much more abysmal.

  - Look for women who had experienced making the arduous trips to visit and nourish their loved ones who were Re-education camp prisoners.
  - Share the stories with them. Then ask them if any of the details in the stories resonate with them. Ask them to share their experiences with you.

Nhiếp ảnh gia quân đội Việt Nam Cộng Hòa, Trung Tá Nguyễn Ngọc Hạnh, thuộc Binh chủng Nhảy dù là tác giả bức hình nổi tiếng "Vá Cờ." Ông mất tháng 4 năm 2017 tại CA.

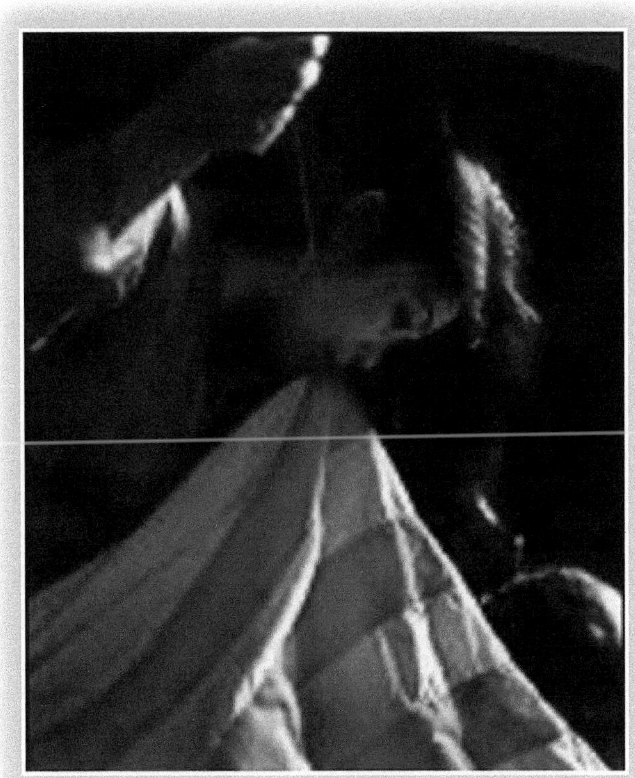

The following quotes are taken from the 1982 Human Rights in Vietnam Report by the well-known Human Rights Activist Ginetta Sagan, who together with her team researched and interviewed over 200 former Vietnamese potical prisoners. She also reviewed official documents and spoke to those in authority with the Hanoi government. The information in the report was confirmed by the International Red Cross Committee members who visited the camps to observe and watch the prisoners. This report was published in the UC Berkeley Indochina Newsletter, October-November 1982

RE-EDUCATION IN UNLIBERATED VIETNAM: LONELINESS, SUFFERING AND DEATH

by Ginetta Sagan and Stephen Denney

Article 11 of the 1973 Paris Agreements guaranteed the people of South Vietnam the following rights:

1) freedom from reprisal and discrimination against those who collaborated with one side or the other during the war, and
2) democratic freedoms, such as freedom of speech, press, assembly, belief, movement, organization, meeting, residence and freedom of political activities.

The hundreds of thousands of Vietnamese who have been imprisoned in re-education camps since 1975 basically fall into two categories:

(1) Those who have been detained in re-education camps since 1975 because they collaborated with the other side during the war, and
(2) Those who have been arrested in the years since 1975 for attempting to exercise such democratic freedoms as those mentioned in Article 11 of the 1973 Paris Agreements.

In other words, **both categories of prisoners are held in direct violation of Article 11 of the 1973 Paris Agreements, an international treaty, and therefore of international law.**

Those detained as political prisoners include military officers and government officials of the former regime, medical doctors, religious leaders, artists, poets, political leaders and schoolteachers, just to mention a few.

Suicides appear to be fairly common in the camps. In one camp, a pharmacist who ended a letter to his wife asking her to pray for his return was brought before the other prisoners and berated for relying upon God for his release.
For the next several nights he was interrogated by camp authorities, until he committed suicide. His family was not notified of his death.

"As a lawyer of thirty years experience and as a prison visitor and having made a study of penalogy I am satisfied to confirm that there is wholesale and widespread violation of human rights in Vietnam. The retention of an uncertain but large number of people without trial in detention and forcing them to do forced labor and subjecting them to indoctrination and depriving them of support and social contact with their families and friends, and providing inadequate medical facilities, and denying them any spiritual administration and allowing them no intellectual exercise other than the absorption of selected texts for the purpose of indoctrination are all negations of human rights."
Dermot Kinlen, a distinguished Irish lawyer who led a delegation to Vietnam for nine days in April of 1980

All prisoners in the camps are required to write confessions, no matter how trivial their alleged crimes might be. Mail clerks, for example, were told that they were guilty of aiding the "puppet war machinery" through circulating the mail, while religious chaplains were found guilty of providing spiritual comfort and encouragement to the enemy troops.(27) A reserve military officer who taught Vietnamese literature in high school was told that he had "misled a whole generation of innocent children."

https://www.ocf.berkeley.edu/~sdenney/Vietnam-Reeducation-Camps-1982

PEACE SONG – Oil on Canvas – by Nguyễn Sơn, 2019

X. CHỦ NGHĨA CỘNG SẢN LÀ GÌ? What is Communism?

Cuộc nội chiến giữa Bắc Việt và Nam Việt là sự xung đột giữa hai chủ nghĩa – Bắc Việt muốn biến toàn thể Việt Nam thành Cộng Sản nhưng Nam Việt nhất quyết không chấp nhận chế độ Cộng Sản. Bằng chứng là sau khi Việt Nam thống nhất và thành một xứ Cộng Sản thì hàng triệu người bỏ nước ra đi. Trước năm 1975, số người Việt Nam sinh sống ở hải ngoại rất ít. Hiện tại khắp nơi trên thế giới đều có những cộng đồng người Việt. Đa số người Việt hải ngoại là gốc gia đình tị nạn Cộng Sản. Số còn lại là những người ra đi vì lý do kinh tế, muốn có một mức sống khá hơn. Có những người bị "trục xuất" hoặc ép buộc phải ra đi hoặc bị giam cầm vì họ đã phát biểu những ý tưởng phê bình chỉ trích chính quyền. Tất cả những sự kiện này nói lên rằng chính quyền Cộng Sản không coi trọng, không biết lo cho người dân xứ họ. Đó là sự khác biệt lớn nhất giữa hai chủ nghĩa: Cộng Sản Xã Hội và Dân Chủ Tư Bản.

Cộng Sản Xã Hội cho rằng muốn san bằng sự chênh lệch giai cấp thì phải theo chủ trương "Tam Vô" – (ba cái không):

- Vô sản (tất cả thuộc về nhà nước – mọi người tay trắng như nhau)
- Vô tôn giáo (tôn giáo làm người dân mê hoặc như thuốc phiện) và
- Vô gia đình (gia đình không cần thiết vì có đảng lo cho dân),

Các nhà cầm quyền Cộng Sản chủ trương là người dân chỉ cần dùng hết sức mình để làm việc, sản xuất và đóng góp tất cả vào của công rồi sau đó được chia lại theo nhu cầu. Họ cho như thế thì người dân trong xứ Cộng Sản sẽ được ấm no và hạnh phúc. Người dân trong xứ Cộng Sản không cần phải thắc mắc về các quyết định kinh tế, xã hội, chính trị, v..v... Người dân chỉ cần biết những gì Đảng muốn cho họ biết. Khi có lệnh làm gì, họ chỉ làm theo, không có quyền hỏi lý do. Vì có Đảng lo cho người dân, họ không có quyền mua bán tự do. Tất cả phải xin, phải làm thủ tục và đợi nhà nước cho phép. Ngoài ra người dân cũng phải xin phép mỗi lần đổi chỗ ở, mỗi lần tụ tập đông người, v..v... Nói tóm lại, trong **xã hội Cộng Sản**,

- **người dân bị kiểm soát từ lời ăn tiếng nói đến sự suy nghĩ nên họ mất khả năng tự quyết,**
- **người dân không có cơ hội buôn bán để vươn lên nên đa số sống trong sự nghèo đói,**
- **người dân không được quyền phê bình hoặc chỉ trích chính quyền qua bất cứ hình thức nào nên không ai biết sự thật, và**
- **người dân không có quyền chọn người đại diện cho mình trong chính quyền nên họ mãi mãi bị áp bức và lợi dụng.**

Do đó chúng ta sẽ chứng kiến việc người Việt tiếp tục rời bỏ quê hương mà ra đi. Với kinh nghiệm sống dưới chế độ Cộng Sản, những người này sẽ tìm tới các xứ cho người dân sống trong sự tự do: tự do đi lại, tự do buôn bán kiếm sống, tự do phát biểu, tự do thờ phượng, và tự do chọn người đại diện cho mình trong chính quyền. Để đạt được những điều này, người dân sẽ tìm các quốc gia có chế độ **Dân Chủ Tư Bản**, nơi mà người dân được hưởng các quyền căn bản sau đây:

- ✓ **Tự do phát biểu ý tưởng ngay cả khi chỉ trích, chê bai chính quyền**
- ✓ **Tự do chọn tôn giáo, nơi chốn và cách thức để thờ phượng hoặc không thờ phượng**
- ✓ **Tự do chọn người đại diện cho mình có tiếng nói trong chính quyền**
- ✓ **Tự do buôn bán, làm chủ cơ sở mình gầy dựng lên**
- ✓ **Tự do đi lại, tập họp, đổi chỗ ở, du lịch v..v...**
- ✓ **Được bảo vệ không bị kỳ thị vì màu da, lai lịch, giới tính, tuổi tác, v..v..**

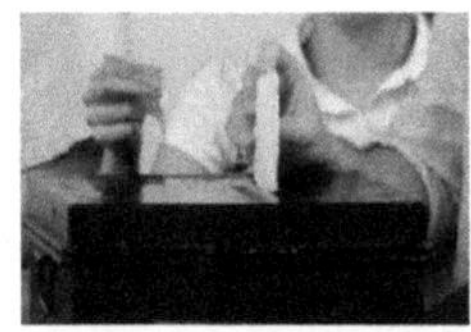

COMMUNISM V DEMOCRACY/CAPITALISM

Definition	
Communism is a socialist movement that aims to create a society without class or money. As an ideology, it imagines a free society without any division, free from oppression and scarcity. The Communist ideology to "painting the world red" or spreading the communist ideology across all nations. Their guiding principle is "the end justifies the means" and thus may use force and violence to achieve their mission.	Democracy is a form of government that gives all eligible citizens an equal say in decisions that affect their lives. All people can participate equally, either directly or through elected representatives, in the creation of laws. A democractic society allows and encourages different political ideologies and parties. Democratic societies respect the sovereignty of other countries.
Political Identity	
A communist society identifies with the communist ideology over any national identity. Communism is considered a "stateless society" with affiliation to other communist societies in the world. Its form of government has only a single political party, the communist party.	People in a democracy have a strong identity with their nation and its people. Individuals have basic rights that are protected by the laws. People have the right to pursue happiness. People in a democracy forms a nation or country.
Political Principle	
In theory, a communist society is stateless, classless and governed directly by the people. This, however, has never been achieved. In practice, they have been totalitarian in nature, with a central party governing society.	In a democracy, the community of people are considered to have the power over how they are governed through the means of choosing who present them. As such, all eligible citizens get equal say in decisions.
Religion	
Abolished - all religious and metaphysics is rejected. Religion is perceived as the "opium of the people" that permits the oppressive social conditions to exist.	Generally, freedom of religion is permitted, although a majority faction may limit religious freedom for a minority faction.

Free Choice	
The state makes social and political decisions for everyone else; often through the use of rallies, force, propaganda to influence and control the populace	Individuals may make economic and political decisions for themselves insofar as they don't negatively impact others.
Individual Freedom	
In a Communist society, the individual's best interests are not as important as the society's best interest. Thus freedom of speech and expression is severely restricted and freedom of information and the press is heavily censored, controlled and manipulated if necessary.	Democracy values and encourages freedom of information, speech and the press. With limited restriction, every capitalist democracy has legal protection of these rights.
Human Rights	
The well-being of an individual is secondary to that of the society therefore human rights are incompatible with the Communist ideology.	The individual is highly respected and conferred certain basic rights and protection that no one can violate.
Economic System	
Communism rejects free markets and distrusts any forms of Capitalism. The state uses a "planned economy" and the rules make all decisions on investment, production, distribution and pricing.	In a Capitalist society, free enterprising means that people or groups can have their own businesses. The free market operates on supply and demand trends.
Way of Change	
Government in a Communist-state is the agent of change rather than any desire on the part of people.	Change is enacted through the process of voting for the representatives to act on behalf of the people
Criticism	
Communism has been criticized because its practice often leads to dictortarship, heavy bureaucracy, long-term inefficiency, and reduced prosperity. Communist states have been criticized for poor human rights records, and Communist governments have been responsible for famines, purges and war. Recent statistics states that communism was responsible for the deaths of almost 100 million people in the 20th century.	Capitalism has been criticized as inefficient and a creator of wealth disparity. Democracy is criticized as a system that allows the uninformed to make decisions with equal weight as the informed, and one which allows for oppression of minorities by the majority.

Nối Kết Bản Thân

1. Sau khi tìm hiểu về chủ nghĩa Cộng Sản, em có những ý tưởng hoặc thắc mắc gì?
2. Em hãy nêu ra những lý do chính vì sao có nhiều người Việt bỏ xứ ra đi
3. Em hãy liệt kê ra 3-5 điều mà người dân có thể hoặc không có thể làm được dưới mỗi thể chế.
4. Dựa trên tất cả những gì em đã học, em hãy giải thích tại sao người Việt tại Hoa Kỳ đa số là người tị nạn chứ không phải là người di dân.

Personal Connection

1. What are your thoughts or concerns after having learned about Communism?
2. Please identify the primary reasons for the ongoing exodus of people from Vietnam.
3. Please list 3-5 things that you may or may not be allowed to do under each regime
4. Based on all the lessons you have learned, please explain the reasons why most Vietnamese in the U.S. are refugees and not immigrants.

REFUGEES	IMMIGRANTS
PUSH FACTORS: ***Lý Do Bỏ Xứ Ra Đi***	
• Life/Death • Persecution (Political/Religious) • Sudden, Unpredictable, Uncertainty	• Choice • Time / Preparation(Economical/ Educational/ CareerOpportunities) • Planning
PULL FACTORS: ***Yếu Tố Định Cư***	
• National/International Climate • U.S. Policies and programs • Federal/State/Local support • Secondary resettlement	• Family ties/ Known connections • Job/Schooling opportunities • Climate

During the Vietnam War, even though there were fighting in many parts of the country, the people of South Vietnam were able to have a memorable life. Amidst suffering, loss, and sacrifices, people managed to fall in love, have families, care for family members, etc. Young people went to schools, made friends, and cared about learning. Families had opportunities to go shopping, celerating Tet and other major feasts and holidays in churches, temples, etc.

- Share the photos on the following pages with family members who lived in Vietnam prior to 1975 and asked them to share their favorite memories of that time.

Trong suốt thời kỳ chiến tranh xảy ra, mặc dầu người dân chứng kiến cảnh bom đạn, chết chóc tang thương, họ vẫn có một đời sống với nhiều kỷ niệm đẹp. Song song với những hy sinh và mất mát, họ vẫn có những cuộc tình, lập gia đình, chăm sóc cho người thân. Các người trẻ vẫn cắp sách đến trường, có tình bạn, tình thầy trò, và coi trọng việc học. Các gia đình vẫn có dịp đi mua sắm, mừng Tết và các lễ hội lớn tại các giáo đường, chùa, đền.

- *Em hãy chia sẻ những hình ảnh trong các trang kế tiếp với thân nhân, gia đình đã sống ở Việt Nam trước 1975, và xin kể lại cho em những kỷ niệm nào đẹp nhất họ còn nhớ.*

VIỆT NAM TRƯỚC 1975

THÔNG

LIFE
HinhanhVietNam.com

If a year from now, you could only recall a few things. What do you wish them to be? Record what has the most heart and meaning for you during this project and what you intend to do with it. Sign your name at the bottom

Nếu một năm sau, em chỉ còn nhớ lại được vài điều đã học, thì em muốn duy trì và không bao giờ quên điều gì? Trong suốt thời gian tìm hiểu về lịch sử gia đình Người Việt Tị Nạn, những điều gì đối với em là có ý nghĩa hoặc ghi sâu vào tâm hồn em nhất? Em sẽ làm gì với nó? Em suy nghĩ và ghi xuống. Nhớ ký tên bên dưới.

Nói Với Người Em Sinh Viên

Này em sinh viên người Mỹ gốc Việt
Có ánh mắt sáng ngời và nụ cười tha thiết
Bước vào trường rạng rỡ nét văn khôi
Ngày hôm nay em có thấy trái tim đập những nhịp bồi
Khi nghe cô nói về cuộc sống và tâm tình người Việt?

Em biết không, ngay từ thuở bình minh lập quốc
Ngay từ thời chúng ta là nước Văn Lang
Người Việt mình đã thấm nhuần triết lý âm dương
Vừa tình cảm vừa kiên cường bất khuất
Vừa dịu dàng như Mẹ Tiên, vừa oai hùng như Cha Rồng lẫm liệt
Vừa thờ Trời vừa canh tác Đất Đai
Dân Việt mình lớn lên từ cánh đồng lúa, ngô, khoai
Và bên cạnh Thái Bình Dương ngập tràn tôm cá.
Mẹ Việt Nam sống hiền hòa, chấp nhận mọi hi sinh, vất vả,
Cha Việt Nam kiên cường nhưng nhẫn nại, bao dung.
Người Việt Nam bất khuất hào hùng
Nhưng lúc nào cũng mơ cuộc sống thanh bình, thuần hậu.

Em biết không, người Việt mình cũng có điều hay, điều xấu
Như biết bao dân tộc trên thế giới này
Nhưng chúng ta không thể chối bỏ giống nòi
Vì tóc em đen và da em không trắng
Vì trong trái tim em vẫn còn mang nặng
Tình thương yêu cha mẹ, anh chị em
Tình đồng bào và giọng nói thân quen
Trong cung điệu độc âm của ngôn ngữ Việt.

Em biết không, khi nhìn em ngồi viết
Cô thấy vui trong lòng, cười một chút, vu vơ
Chuyện thật dễ thương, chuyện thật không ngờ:
Giữa giảng đường một đại học lừng danh nước Mỹ
Có những sinh viên gốc Việt Nam chăm chỉ
Tìm về cội nguồn, tìm về văn hóa cha ông
Học tiếng Việt Nam, cho dù em hiểu chưa thông
Nhưng vẫn biết ngay khi cô nói về chả giò, bún, phở...

Em biết không, em rất Việt Nam trong từng hơi thở
Từng nụ cười, từng ánh mắt đưa nhanh
Em rất Việt Nam trong tình cảm trong lành
Em thân ái trao cho bè bạn
Em rất Việt Nam khi những lần rủ nhau ra quán
Tranh trả tiền, "bao" bạn bữa ăn trưa...

Em của cô ơi, cuộc đời rồi sớm nắng chiều mưa
Sẽ có lúc em thành công, cũng nhiều phen thất bại
Nhưng nếu giữ tâm tình Việt Nam, em sẽ không e ngại

Bước vào đời, nhập cuộc xã hội này
Tâm tình Việt Nam là: sống cuộc sống hôm nay
Với tất cả lòng nhiệt thành, nhẫn nại
Tâm tình Việt Nam là: biết đúng, sai, phải, trái
Nhưng bao dung trước những lỗi lầm
Tâm tình Việt Nam là: giữ một cái "tâm"
Làm mọi việc với trái tim nhân hậu
Tâm tình Việt Nam là: không bao giờ quên những người yêu dấu:
Mẹ, cha, bạn bè, em, anh, chị,
Và đồng hương người Việt chúng ta
Và đại khối Việt Nam, dù có thể ở xa
Nhưng gần gũi trong hồn thiêng dân tộc.
Tâm tình Việt Nam là: không bao giờ quên nguồn gốc
Nhưng luôn luôn giữ một chữ "hòa"
"Hòa" văn hóa mình với văn hóa người ta
"Hòa" tâm tình mình với tâm tình kẻ khác
"Hòa" cuộc sống hôm nay với truyền thống cả ngàn năm trước
"Hòa" trái tim dịu dàng với khối óc thông minh.
Em có thấy không?
Chữ "hòa", một chữ đẹp phi thường
Dạy chúng ta về triết lí âm dương
Chấp nhận cả hai, chứ không một phía.

Buổi dạy hôm nay, với tâm tình chan chứa
Cô nói nhiều điều hơi lạ với em
Cô biết em nghe tiếng Việt chưa quen
Nên nhiều lúc phải chuyển sang Anh ngữ
Mười lăm tuổi đời, cô bơ vơ xa xứ
Nhưng cô không quên cách sống Việt Nam
Cố gắng vươn lên, đi học, đi làm
Dựng cuộc sống bằng đôi tay nhỏ bé.
Cô mong em, em Việt Nam tuổi trẻ
Sinh ở đây, nhưng dòng máu Việt Nam
Em cũng sẽ lớn lên, đi học, đi làm
Giống như cô và biết bao người khác
Nhưng em sẽ hơn cô, sẽ không ngơ ngác
Vì đây là xã hội của em
Trong xã hội này, em thấy thân quen
Không có cảm giác là người xa lạ
Với khả năng, em vượt qua tất cả
Với tâm tình, em chấp nhận bao dung
Em sẽ thành công cho cha mẹ vui mừng
Và cuộc sống em tràn đầy hữu dụng.

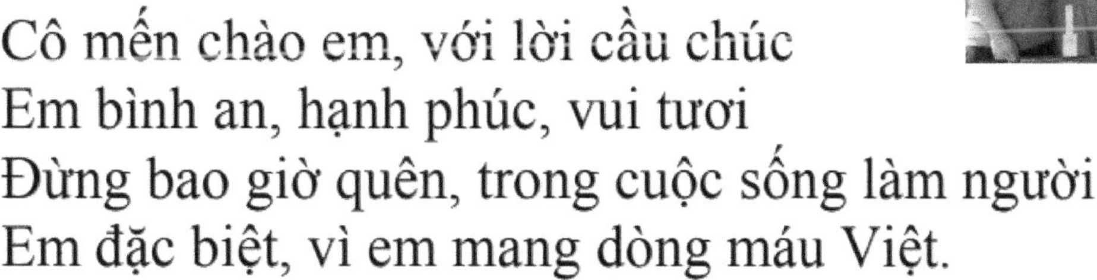

Cô mến chào em, với lời cầu chúc
Em bình an, hạnh phúc, vui tươi
Đừng bao giờ quên, trong cuộc sống làm người
Em đặc biệt, vì em mang dòng máu Việt.

Cô Nguyễn-Lâm KimOanh
(Cuối Khóa Học – UCLA 2006)
Nguyen-Lam Kim Oanh

To My Beloved Students

Dearest students of mine,
With eyes so bright and beautiful smiles
You who are Vietnamese American gals and gı
You who come to my class rain or shine
Do you feel your heart skip a bit tonight
When we talked about our Vietnamese roots and ties?

Dearest students haven't you heard?
From the dawn of our nation's birth
From the time our country was still Van Lang
Embedded in us is the nature of Yin and Yang
Constantly yielding and resisting others
Carrying within us the duality of all things that matter
Learning to be as nurturing as our Fairy Mother
Yet as persevering as our Dragon Father.

Dearest students, don't you know?
How fortunate we are since birth
Being nourished by the Mother Earth
and protected by the Father Sky
Being gifted with golden fields of rice
and the abundance of food in the ocean we always find.

Dearest students haven't you acquired?
The Vietnam mother's kindness, acceptance and sacrifices
The Vietnam father's patience, endurance, and determination
The Vietnam people's dream of peace and liberation.

Dearest students of mine, don't you realize?
Both the strengths and the challenges in our Viet people you will find
You must not reject, you must not shy
Away from our Viet nature or our blood ties
For our hair is still dark and our skin is not white
For in our heart we carry a love with all our might
The love for our parents and siblings burning bright
Along with the compatriotic love and linguistic pride
That familiar sound of Viet language we must never hide.

Dearest students, don't you know?
Looking at you sitting in these rows,
Lost in thoughts, writing and composing
My heart is stirring, my soul uplifting
What a beautiful sight! an image unlikely
In a lecture hall of a renown American university
Here are the students descendants of Vietnamese
Retracing their roots, reclaiming their identity
Seeking to understand, striving to improve their proficiency
Of their mother tongue they are learning studiously
Not understanding much but still prefer definitely
Spring rolls, bun bo and pho over spaghettini...

Dearest students don't you see?
How Vietnamese you are from your every breath
To the sweet smiles given to everyone you've just met
You're Vietnamese from toes to head
Reflected in the generous heart inside your chest
All your friends are your special guests
Sharing meals, laughter, but not the bill
Fighting each other, each claims his duty to fill.

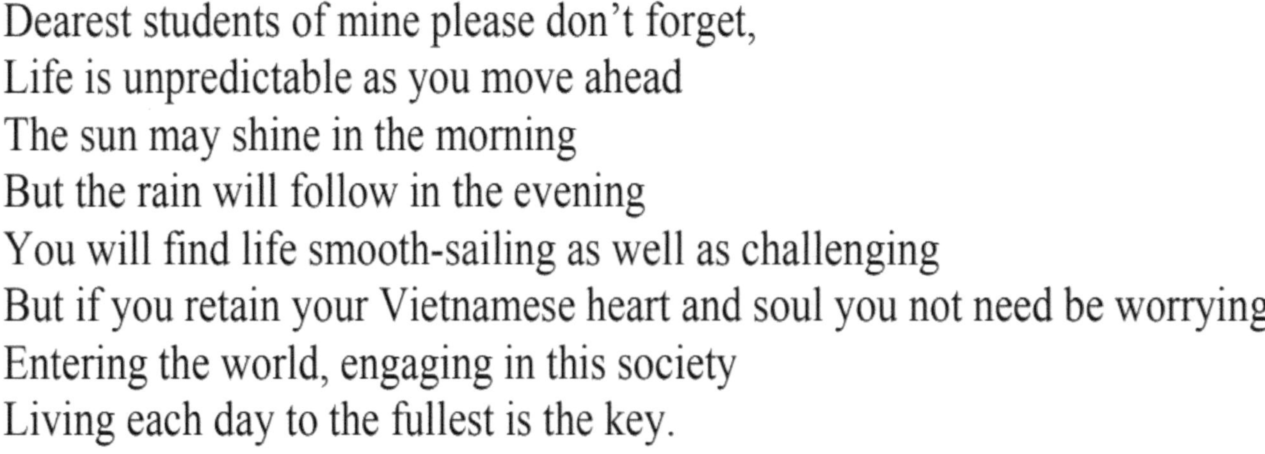

Dearest students of mine please don't forget,
Life is unpredictable as you move ahead
The sun may shine in the morning
But the rain will follow in the evening
You will find life smooth-sailing as well as challenging
But if you retain your Vietnamese heart and soul you not need be worrying
Entering the world, engaging in this society
Living each day to the fullest is the key.

Dearest students please listen without being impatient,
The Viet heart will give you the right direction
To make compassion your life's companion.
The Viet soul will give you proper guidance
Let you know right from wrong and what's important.

The Viet heart will teach you patience and endurance
It urges you to never forget your inheritance.
The Viet soul will value justice and tolerance
Even when you live in the land of abundance

Dearest students, you must start each of your days
With a generous heart and welcoming face
You must learn to collaborate and eliminate hate
To interact with everyone in good faith
To reconcile and to harmonize with your classmates
And to accept everyone regardless of their faith
For to be A Viet person is to learn to integrate
Our Viet culture and our heritage
Our thousand years of history
Our perseverance and determination to be free
Our struggles and our gains in this society
We must bring them all to be in unity
With this country, its people and all humanity
For to live in harmony is to be
A Viet person with heart and soul for all to see.

Dearest students of mine,
With eyes so bright and radiant smiles
I treasure the joy you brought into my life
From the day you entered our class to the day you bade good byes
Your present is fine and your future will shine
Look deep inside and you will find
Your Viet heart and soul burning bright
Tend them as you journey through life....

Cô Nguyễn-Lâm KimOanh
(End of Spring Quarter 2006- UCLA)

KimOanh Nguyen-Lam, PhD

KimOanh Nguyen-Lam is a life-long learner and educator who had served as a teacher, mentor, advisor, leader and now bringing all of those experiences together as an executive coach. Her passion has always been engaging with people to promote mutual learning and growth to advance social and education equity and justice.

KimOanh's professional experience in education was based on her privileged primary schooling in Vietnam and her sudden refugee status that rendered her mute, deaf and bewildered in the new U.S. secondary school system. This experience engendered her deep empathy for the education of language minority students and guided her teaching and research and later policy development in this area. She completed the full circle when she became the senior leader in the U.S. Department of Education setting policy and guidance for the education of English learners, refugee and immigrant students.

KimOanh's love for language also led her to collaborate with colleagues in the California State University system to establish an innovative immersive language program that enable college students to acquire language proficiency in Arabic, Korean, Mandarin, Persian/Farsi and Russian. The Strategic Language Initiative Program won numerous awards and graduated many engineers, scientists, entrepreneurs, artists, and other social science individuals with advanced language skills in diverse world languages. Her passion for social and educational justice enabled her to develop projects and programs while serving as the senior associates and later Executive Director of the Center for Language Minority Education and Research at CSU Long Beach. She designed and directed a 6-campus consortium program to prepare bilingual credentialed teachers in Khmer, Korean, Mandarin, Tagalog and Vietnamese. She also developed several courses on ethnic studies for Asian Americans Studies Department at CSU Long Beach.

KimOanh considered her last seven years of working in the U.S. government as her "federal service" – giving back to the country who had opened its doors to refugees like her family. Her last position was as the Senior Advisor with the White House Initiative on Asian Americans and Pacific Islanders – WHIAAPI – to improve the quality of life for all AAPIs in the U.S. Thus, she had the opportunity to work closely with colleagues across the federal government including Commerce, Education, Environment Protection Agency, Housing, Health and Human Services, Homeland Security, Labor, and Social Security Administration. She organized national forums on issues critical to the health and well-being of AAPIs and used the information shared at these forums to inform policy decisions.

Parallel with decades of professional career advancement was her constant involvement in community services including serving on numerous non-profit organizations including as the President and Immediate Past-President of the National Association for the Education and Advancement of Cambodian, Laotian, and Vietnamese Americans, and Board member of the Gates Millennium Scholarship Program. She had organized extensive training across the nation in the area of heritage language teacher training and curriculum development. She had worked with many community-based groups to develop curriculum for civic engagement and parent education. She hosted several bilingual TV and Radio programs to promote strong families and improved parent-teacher as well as school-community relationships. KimOanh had been recognized and received numerous awards including:

- Martin Luther King National Service Award, 2016, Washington, D.C.
- Orange County Weekly –Politician of the Year Award , 2010
- CSU Fullerton Outstanding Educator of the Year Award, 2009
- Coast Community College District Community Service Award, 2009
- The Union of Vietnamese Student Association Award, 2008
- Congressional Service Award, 2004 and 2006
- Elected School Board Trustee serving the Garden Grove Unified School District. (2004-2011)

Giáo Sư Nguyễn Lâm Kim Oanh

Cô Nguyễn Lâm Kim Oanh là một người "suốt đời học hỏi" và đam mê chia sẻ cái học hỏi của mình với những người khác, nhất là với giới trẻ và giới phụ nữ. Kinh nghiệm dạy học của cô bắt đầu từ năm 1981 khi cô vừa ra trường Đại Học ngành Tâm Lý Giáo Dục và tình nguyện giúp các học sinh thuộc gia đình các thuyền nhân vừa tới Hoa Kỳ trong thời gian đó. Cô lấy kinh nghiệm bản thân chỉ mới 5 năm trước khi còn là một học sinh trung học thuộc gia đình tị nạn mới đến Hoa Kỳ. Cô nhớ những giây phút ngồi lơ ngơ lóng ngóng trong lớp học, không nghe được, không nói được vì không hiểu được lấy một chữ. Cảm giác của cô là lúc bấy giờ mình như một người điếc và câm; thời gian ngồi trong lớp học mỗi ngày dài vô tận! Lúc ấy các trường lớp công lập Hoa Kỳ chưa có những chương trình học cho người chưa thông thạo Anh Ngữ.

Dựa trên kinh nghiệm bản thân, cô tìm ra những phương thức dạy học hiệu quả cho các học sinh tị nạn Việt Nam và sau đó với các em di dân gốc Mễ Tây Cơ. Từ đó, cô tiếp tục tìm hiểu, nghiên cứu, học hỏi thêm và trở thành một chuyên viên giáo dục huấn luyện cho các thầy cô giáo khắp California về cách dạy học hiệu quả cho các học sinh ngoại quốc trong giai đoạn đầu. Cô được mời tham gia các ủy ban của Bộ Giáo Dục California để thay đổi và bổ túc các đòi hỏi chuyên môn của bằng sư phạm tiểu bang. Tiếp đó cô thành giáo sư ngành Giáo Dục Sư Phạm với Đại Học CSU Long Beach. Năm 2015, bốn mươi năm sau khi là một học sinh tị nạn ngơ ngác, lạc lõng trong một lớp học xa lạ, không người quan tâm, cô trở thành nhân viên lãnh đạo trong Bộ Giáo Dục Liên Bang Hoa Kỳ, có trách nhiệm xem xét, sửa đổi, bổ túc và chuẩn chi cho các chương trình giáo dục cho người tị nạn và di dân trên toàn quốc.

Sự đam mê về Ngành Sư Phạm và Khoa Ngôn Ngữ Học đã cho cô những cơ hội đặc biệt sau đây:

- Năm 1996, cô lập ra giáo trình dạy tiếng Việt tại Đại Học CSU Long Beach. Lớp học đầu tiên bắt đầu 1997. Cùng năm đó cô soạn thảo và thành hình lớp "The Vietnamese American Experience" giúp sinh viên hiểu biết về quá trình người Mỹ gốc Việt. Lớp dạy bằng Anh Ngữ nên đủ các nhóm sinh viên tham dự

- Năm 1998, cô hợp tác với các giáo sư các ngôn ngữ Á Châu tại năm đại học thuộc hệ thống CSU trong vùng để thành lập một chương trình Huấn Luyện và Đào Tạo Các Giáo Chức Song Ngữ Ngôn Ngữ Á Châu (tiếng Cam Bốt, Hàn, Hoa, Hmong, Phi và Việt). Tới năm 2002 thì chương trình được Bộ Giáo Dục Tiểu Bang chấp thuận và nhận sinh viên.
- Năm 2006, cô được cử làm Giám Đốc Điều Hành Chương Trình Ngôn Ngữ Chiến Lược, làm việc trực tiếp với các viện trưởng, khoa trưởng và giáo sư của 10 trường Đại Học CSU. Mục đích là để đào tạo sinh viên Hoa Kỳ ở bất cứ ngành nghề nào cũng thông thạo một trong những ngoại ngữ của các quốc gia mà Hoa Kỳ cho là cần hợp tác để gây ảnh hưởng tốt. Các "ngôn ngữ chiến lược" này là: Tiếng Ả-rập, Ba-Tư, Hàn, Hoa, và Nga). Cô học hỏi được rất nhiều trong thời gian này và các chương trình này được nhiều giải thưởng và vẫn tồn tại. Nhiều học sinh ra trường trong các ngành nghề khác nhau lại thông thạo thêm một ngoại ngữ cần thiết nên tìm được những công việc tốt, lương cao, và môi trường thích hợp.

Từ năm 2011 -2016, cô làm việc cho Bộ Giáo Dục Liên Bang Hoa Kỳ. Cô coi thời gian này là một thời kỳ hy sinh để phục vụ và đóng góp lại cho một đất nước đã cưu mang bao nhiêu gia đình tị nạn Việt Nam trong những thập niên qua. Cô là Giám Đốc Các Chương Trình Quốc Tế và Ngoại Ngữ, có trách nhiệm xem xét, chấp thuận và chuẩn chi cho các chương trình Đại Học giúp sinh viên Hoa Kỳ phát triển khả năng ngoại ngữ và giao tế với nhiều quốc gia trên thế giới. Từ 2016-2018 cô là nhân viên cố vấn cao cấp cho Cơ Quan Tiên Khởi Trực Thuộc Phủ Tổng Thống Phụ Trách Về Người Mỹ Gốc Á (The White House Initiative on Asian Pacific Islanders – WHIAPI). Hiện tại cô là giáo sư của Trung Tâm Phát Triển Kỹ Năng Lãnh Đạo của Chính Phủ Liên Bang Hoa Kỳ (U.S. Government Center for Leadership Development).

Cô Kim Oanh cũng từng làm việc giúp các chương trình và trường Việt Ngữ trong California và nhiều tiểu bang khác. Cô tham gia tổ chức và huấn luyện các cô thầy, phụ huynh, huynh trưởng hướng dẫn các em phát triển Việt Ngữ và văn hoá Việt trong nhiều thập niên. Cô đã từng soạn nhiều giáo trình dạy Việt ngữ theo phương pháp ngoại ngữ và dùng những phương thức linh động cho phù hợp với học sinh Mỹ gốc Việt.

Nguyễn Viết Kim

- Sinh trưởng tại Hà Đông, Việt Nam, 1947
- Theo học trung học công lập Nguyễn Trãi, Chu Văn An, Saigon, Việt Nam , Tú Tài 1965
- Tốt nghiệp đại học Stuttgart, Đức Quốc, Kỹ Sư 1973, Tiến Sĩ 1978
- Tốt nghiệp đại học Maryland, Hoa Kỳ, Cao Học 1982, Tiến Sĩ 1986
- Nhân viên khoa học, Trung Tâm Phi Hành Không Gian Goddard, Cơ Quan Hàng Không và Không Gian Quốc Gia, Hoa Kỳ, 1987-2008

Đóng Góp Bài Vở:

- Nhật Báo Việt Báo, Nhật Báo Viễn Đông, Nam California
- Tuần Báo Phố Nhỏ, Nguyệt San Kỷ Nguyên Mới, Nguyệt San Hội Cao Niên, Thủ Đô Hoa Thịnh Đốn
- Nội San Trung Tâm Phi Hành Không Gian Goddard, Thủ Đô Hoa Thịnh Đốn

Tham Gia Truyền Hình:

- Vietnamese American Television Vatv, Thủ Đô Hoa Thịnh Đốn
- SaigonTV, Nam California

- Born in Hà Đông, Việt Nam, 1947
- Attended high school Nguyen Trai, Chu Văn An, Saigon, Việt Nam, Baccalaureat 1965
- Graduated from the Universitaet Stuttgart, Germany, Dipl-Ing 1973, Dr-Ing 1978
- Graduated from the University of Maryland, College Park, USA, MSEE 1982, Ph.D. 1986
- Engineering scientist, Goddard Space Flight Center, National Aeronautics and Space Administration, USA 1987-2008

Amazon.com : kimoanh nguyen-lam

'To Our Grandchildren with Love,' sách để ông bà dạy trẻ học tiếng Việt (nguoi-viet.com)

https://vietbao.com/p301418a311495/ngon-ngu-va-van-hoa-chiec-cau-noi-ket-the-he

NGÔN NGỮ VÀ VĂN HOÁ—CHIẾC CẦU NỐI KẾT THẾ HỆ (hopluu.net)

"BÀN TAY HY VỌNG" (HAND of HOPE)

KHÁNH THÀNH JULY 4TH 1975 TẠI CAMP PENDLETON, CALIFORNIA

Cách đây 47 năm, đúng vào Ngày Độc Lập Hoa Kỳ, July 4th, 1975, công trình điêu khắc "BÀN TAY HY VỌNG" (HAND of HOPE) đã được **LS Lưu Nguyễn Đạt** hoàn tất và trao tặng Trại TQLC Marine Camp Pendleton, San Clemente, California, USA, lúc đó dành một khu dùng làm Trung Tâm Tiếp Cư Người Việt Tỵ Nạn Cộng Sản.

BÀN TAY HY VỌNG đúc bằng xi-măng cốt sắt (béton armé/reinforced concrete) cao 8 ft, nền móng sâu 8ft, đã được LS Lưu Nguyễn Đạt, kiêm hoạ sĩ điêu khắc gia, nguyên Tổng Thư Ký Hội Hoạ sĩ Trẻ trước 1975 (Association Des Jeunes Peintres & Artistes, Saigon, Viet Nam) thực hiện thiện nguyện, bất vụ lợi, với sự hưởng ứng của Tướng Chỉ Huy Trưởng TQLC Paul Graham, để kỷ niệm cuộc di cư vĩ đại của Người Việt Tỵ Nạn Cộng Sản, đợt đầu tới California, sau khi Sài Gòn thất thủ.

Trên BÀN TAY HY VỌNG chỉ thấy sự hiện diện của các trẻ em, vì mục đích chính của người Việt Tỵ Nạn Cộng Sản khi vượt thoát tới "Đất Hứa" (Promised Land) tại Tân Thế Giới, sau khi đương đầu với biết bao nguy biến, là để bảo toàn cho con cháu, cho thế hệ Trẻ Việt cơ hội đứng dậy để khởi phát một cuộc sống chu toàn nhân bản, đầy đủ tự do và phẩm giá con người.

Tại Hoa Kỳ có tạo dựng hai BÀN TAY lịch sử. Tại phía Biển Đông Hoa Kỳ, có Bàn tay Nữ Thần Tự Do (Statue of Liberty), do điêu khắc gia người Pháp, Frederic-August Bartholdi kết tạo bằng vỏ đồng (hammered copper), theo bức phác họa của kỹ sư xây dựng (civil engineer) Alexandre-Gustave Eiffel. Khi hoàn tất xong tại Pháp, Bàn Tay Nữ Thần Tự Do (Statue of Liberty) được chuyển sang Hoa Kỳ và dựng trên Đảo Ellis Island, tại Vịnh New York, năm 1886, như một biểu tượng của Tự Do và ý thức hệ Dân Chủ, căn cứ theo chính sách Ellis Island mở đón hàng triệu di dân kinh tế (economic immigrants) từ Âu Châu sang lập nghiệp tại Hoa Kỳ.

Còn tại phía Biển Tây Hoa Kỳ, tại San Clemente, California, có BÀN TAY HY VỌNG (HAND of HOPE) do hoạ sĩ điêu khắc gia Lưu Nguyễn Đạt phác hoạ và tận tay thiết lập để kỷ niệm, cùng cộng đồng Hoa Kỳ, cuộc đón tiếp lớp người Tỵ Nạn Chính Trị (Political Refugees) thoát bỏ chế độ Cộng Sản từ tháng Tư 1975. Sau này, cứ mỗi 5 năm, Cộng Đồng Người Việt Tự Do đều xum họp chung quanh BÀN TAY HY VỌNG tại San Clemente, rồi kéo tới thành phố Westminster, Quận Cam (Orange County), Nam California, để tưởng nhớ Quốc Nạn Tháng Tư 1975 và Hy Vọng duy trì chính nghĩa DÂN CHỦ TỰ DO, tử tế, nhân hoà cho Hậu Duệ Người Việt Tỵ Nạn trên Đất Hứa Hoa Kỳ. (by Lưu Nguyễn Đạt)

Khải Huệ-Chân PTHạnh/LS Đạt Việt Kỳ

"Khi tới Camp Pendleton vào đầu tháng 5, 1975, Anh Chị có 3 cháu: Huệ-Chân 9 tuổi, Kỳ 6 tuổi, Khải 15 tháng và một cháu còn trong bụng mẹ. Cháu Việt sinh ở trại Pendleton ngày 14 tháng 6, U.S. Flag Day."

"Hình này chụp gia đình trở lại thăm Trại Pendleton vào dịp đánh dấu 40 năm tị nạn vào 2015. Toàn thể gia đình tụ họp trước Bàn Tay Hy Vọng, kể lại cho các cháu thế hệ sau hiểu nguồn gốc tị nạn của gia đình."

Theo lời chị Phùng Thị Hạnh, phu nhân anh LN Đạt

Credits

We would like to thank all the authors of articles, studies, reports, photos, and books which we were able to include parts or its entirety in this work with citations and references.
A special thank to Dr. Carolee Tran for the use of the Prologue in her book The Gifts of Adversity which we highly recommend to all.

Thank you Dr. Luu Nguyen Dat for the permission to use the beautiful and meaningful art works by Artist Nguyen Son for our Front and Back Covers and also on pages 61 and 152.

These beautiful paintings are Oil On Canvas in sizes range from 80cm x 100cm to 120cm x 140cm
All inquiry please address
Dr. Luu Nguyen Dat
Viet Thuc Foundation

For comments, suggestions, feedback on this work,
Please email us at:
KimOanh.Nlam@gmail.com

Liên lạc Tác giả

Nguyễn Lâm KimOanh

KimOanh.Nlam@gmail.com

Liên lạc Nhà xuất bản

Nhân Ảnh

han.le3359@gmail.com

(408) 722- 5626

Ingram Content Group UK Ltd.
Milton Keynes UK
UKHW051905200423
420523UK00008B/53

9 781088 030738